கட்டு(ரை)ச்சோறு

(ஆய்வுக் கட்டுரைகளின் தொகுப்பு)

நி. அமிருதீன் ஹசனி

என் பெற்றோர்களுக்கும், ஆசிரியர்களுக்கும் சமர்ப்பணம்.

～

நி.அமிருதீன் ஹசனி

உதவிப்பேராசிரியர், தமிழாய்வுத்துறை

ஜமால்முகமதுகல்லூரி (தன்னாட்சி)

திருச்சிராப்பள்ளி - 620 020

9362940095

பொருளடக்கம்

நூல் விவரம்

நூலின் பெயர்	:	கட்டு(ரை)ச்சோறு
ஆசிரியர்	:	நி.அமிருதீன் ஹசனி
வகை	:	ஆய்வுக்கட்டுரைகளின் தொகுப்பு
முதற் பதிப்பு	:	டிசம்பர் - 2022
பக்கங்கள்	:	96
விலை	:	160/-
வெளியீடு	:	நி.அமிருதீன் ஹசனி
அச்சாக்கம்	:	நோஷன் பிரஸ்

BIBLIOGRAPHY

Title of The Book	:	Kattu(rai)soru
Auther	:	N.AMIRUDEEN HASANI
Subject	:	Articles of Research
Edition	:	December - 2022 (First Edition)
Pages	:	96
Publication	:	N.AMIRUDEEN HASANI
Price	:	160/-
Printing	:	Notion Press

அணிந்துரை

முனைவர் அ.சையத் ஜாகீர் ஹசன்,
தேர்வு நெறியாளர்
இணைப்பேராசிரியர் & தலைவர் (பொ),
முதுகலைத் தமிழாய்வுத்துறை,
ஜமால் முகமது கல்லூரி (தன்னாட்சி),
திருச்சிராப்பள்ளி — 620 020.

எங்கள் வாழ்வும் எங்கள் வளமும் மங்காதத் தமிழென்று
சங்கே முழங்கு!

தன்னுடைய ஆய்வுக் கட்டுரைகளைத் தொகுத்து கட்டுரைச் சோறு எனும் நூலாகத் தந்துள்ளார் உதவிப் பேராசிரியர் நி.அமிருதின் ஹசனி. அவருக்கு என் வாழ்த்துக்கள்.

இவரின் பெரும்பாலான கட்டுரைகள் நற்றிணையை முன்வைத்து எழுதப்பட்டுள்ளன. சங்க காலச் செய்திகளையும், பாடல்களையும் நவீன அறிவியலோடு இணைந்து ஆராயும் இவரின் பாங்கு பாராட்-டத்தக்கது.

உதாரணமாக கெளிறு மீன் பற்றி 'எம்ஊர் வந்து ஒண்துறைத் துழை, சினைக்கெளிற்று ஆர்கையை அவர்ஊர்ப் பெயர்தி' என்று நற்றிணை குறிப்பிடுகிறது. ஆனால் நூலாசிரியர் நி.அமிருதின் ஹசனி அவர்கள் கூறிய 'ஐக்கிய அமெரிக்காவில் 1987 ஆம் ஆண்டு முதல் சூன் 25 ஆம் நாள் கெளிறுமீன் தினமாகக் கொண்-டாடப்படுகிறது' என்ற செய்தி புதியதாகும். வரால் மீன் குறித்து 'கருங்கண் வராஅல் பெருந்தடி மிளிர்வையோடு' என்று நற்றிணை கூறுகிறது. அத்துடன் வரால் மீன் 'தெலுங்கானா மாநிலத்தின் மீன்' என்று நூலாசிரியர் இணைத்துக் குறிப்பிட்டது பாராட்டுக்குரியது. காகம் என்னும் பறவையை அறிவோம். ஆனால் காகமும் கொட்-டாவி விடும் என்ற நற்றிணைப் பதிவை குறிப்பிட்டிருப்பது ஆய்வா-ளரின் தேடலை உணர்த்துகிறது.

ஒவ்வொரு கட்டுரையிலும் நற்றிணை குறித்த விரிவான அறிமு-கத்தைத் தவிர்த்திருக்கலாம். தனிக் கட்டுரைகளை வாசிக்கும் போது நற்றிணை குறித்த அறிமுகம் அவசியம். ஆனால் ஆய்வுத் தொகுப்-பில் இது கூறியது கூறல் என்ற முறையில் வந்து விடுகிறது. இஸ்-லாமியச் சிறுகதைகள் குறித்து இரு வேறுபட்ட தலைப்புகளில் எழு-

தப்பட்ட இரண்டு கட்டுரைகளிலும் சில கதைகள் மீண்டும் வருவதை எழுத்தாளர் கவனத்தில் கொள்ள வேண்டும். பத்துக்கும் மேற்பட்ட அறிவியல் செய்திகளைக் கட்டுரைகளில் பொருத்தமான இடங்களில் கூறி நம் கவனத்தை நூலாசிரியர் ஈர்க்கிறார்.

இது இவரின் இரண்டாவது நூல். மென்மேலும் பல ஆய்வு நூல்-களை இவர் வெளியிட என் இதயம் கனிந்த வாழ்த்துக்கள்.

வாழ்த்து

முனைவர் சு.சாகுல் ஹமீது
உதவிப்பேராசிரியர்,
முதுகலைத் தமிழாய்வுத்துறை,
ஜமால் முகமது கல்லூரி (தன்னாட்சி),
திருச்சிராப்பள்ளி — 620 020.

இந்நூலின் ஆசிரியர் நி. அமிருதீன் ஹசனி, என்னுடைய முனைவர் பட்ட மாணவர் என்பதில் மிக்க மகிழ்ச்சி அடைகிறேன். இந்நூல் இவருடைய இரண்டாவது ஆக்கம்.

என் மேற்பார்வையில் அவர் எழுதிய கட்டுரைகளைத் தொகுத்து அழகாக ஒரு நூலாக்கித் தந்துள்ளார். அவர் மென்மேலும் பல நூல்களை எழுதி தமிழ் கூறும் நல் உலகிற்கு வழங்க வேண்டும் என்பது என் பேரவா.

வல்ல இறைவன் அனைத்து வழிகளிலும் அவருக்கு உதவி புரிவானாக.

நன்றி

எல்லாப் புகழும் அல்லாஹ் ஒருவனுக்கே. நான் சிறப்பாக பணி-புரிய உந்துசக்தியாக திகழும் ஜமால் முகமது கல்லூரிக்கு எனது அன்பான நன்றிகள். குறிப்பாக ஜமால் முகமது கல்லூரி ஆட்சி மன்றக் குழுவின் செயலர் மற்றும் தாளாளர் டாக்டர் அ.கா.காஜா நஜீமுதீன், பொருளாளர் ஹாஜி எம்.ஜே.ஜமால் முகமது, துணைச் செயலர் முனைவர் க.அப்துஸ் சமது, கௌரவ இயக்குநர் மற்றும் உறுப்பினர் முனைவர் கா.நா.அப்துல் காதர் நிஹால் ஆகிய பெரு-மக்களுக்கு என் நன்றிகள் என்றும் உரியவை. கல்லூரி நிர்வாகப் பணி, கற்பித்தல், ஆய்வு எனப் பல்துறை சார்ந்து சதாவதானியாக சாதனை புரிந்து வரும் எம் கல்லூரி முதல்வர் பேராசிரியர் முனை-வர் எஸ்.இஸ்மாயில் முகைதீன் அவர்களுக்கும் துணை முதல்வர் முனைவர் எம்.முகம்மது சிஹாபுதீன், விடுதி நிர்வாக இயக்குநர்-கள் முனைவர் கே.என்.முஹம்மது பாசில், செல்வி ஜே.ஹாஜிரா பாத்திமா ஆகியோர்க்கும் மனமார்ந்த நன்றிகளைத் தெரிவிப்பதில் மிகவும் மகிழ்கிறேன். இந்நூலிற்கு அன்புடன் அணிந்துரை வழங்-கிய திருச்சி ஜமால் முகமது கல்லூரியின் தேர்வு நெறியாளரும் தமிழ் ஆய்வுத் துறையின் தலைவருமாகிய முனைவர் அ. சையத் ஜாகீர் ஹசன் அவர்களுக்கு என் நன்றியை உரித்தாக்குகிறேன். மனமுவந்து வாழ்த்துரை வழங்கிய தமிழ்த்துறை உதவிப்பேராசிரிய-ரும் என் முனைவர் பட்ட நெறியாளருமான முனைவர் சு.சாகுல் ஹமீது அவர்களுக்கும் நன்றி. பின் அட்டையில் இடம் பெற்ற உரையை நேர்த்தியான முறையில் வழங்கிய முனைவர் ச.அ.சையத் அகமது பிரோசு அவர்களுக்கும் என் இதயம் கனிந்த நன்றி-கள். சிறப்பாக மெய்ப்புத் திருத்தம் செய்து வழங்கிய என் கெழு-தகை நண்பர் தோழர் து. பிரபாகரன் அவர்களுக்கும் தட்டச்சு மற்-றும் வடிவமைப்பில் பேருதவி புரிந்த தோழர் முனைவர் ச.சர்புதீன் அவர்களுக்கும் என் இதயபூர்வமான நன்றிகள் பல. என் வளர்ச்-சியில் அன்பு காட்டி ஊக்கப்படுத்தி வரும் முதுகலைத் தமிழாய்-வுத்துறையைச் சார்ந்த இருபால் பேராசிரியர்களையும் நன்றியோடு நினைவு கூர்கிறேன். இந்நூலின் அச்சிட்டு வெளியிட்ட நோஷன் பதிப்பகத்தார்க்கும் மற்றும் எனக்கு பல்வேறு வகைகளிலும் உதவிய அனைத்து நல்லுள்ளங்களுக்கும் நன்றி. - நி.அமிருதீன் ஹசனி

முன்னுரை

எல்லாப் புகழும் அல்லாஹ் ஒருவனுக்கே. ஜமால் முகமது கல்லூரி-யில் நான் பணியில் சேர்ந்த பிறகுதான் (2018) ஆய்வுக் கட்டுரை-களை எழுதத் துவங்கினேன். கடந்த இரண்டாண்டுகளில் பத்துக்கும் மேற்பட்ட என்னுடைய ஆய்வுக் கட்டுரைகள் பல்வேறு ஆய்வி-தழ்களிலும், மின்னிதழ்களிலும், ஆய்வு கோவைகளிலும் இடம்பெற்-றுள்ளன. அவற்றைத் தொகுப்பாக்கி நூலாக வெளியிட என் மனம் நாடியது. இறையருளால் இந்நூல் தங்கள் கரங்களில் தவழ்கிறது. இது என்னுடைய இரண்டாவது நூல். மென்மேலும் பல நூல்களை வெளியிட அல்லாஹ் எனக்கு உதவி புரிவானாக..

1

நற்றிணையும் மீன்களும்

சங்க இலக்கியங்கள் பழங்கால மக்களின் வாழ்க்கையைப் பிரதிபலிப்பதாக விளங்குகின்றன. அம்மக்களின் வாழ்வுடன் இணைந்த உயிரினங்கள் மற்றும் இயற்கை சார்ந்த கூறுகளை சங்க காலப் புலவர்கள் தம் பாடல்களில் பதிவு செய்-துள்ளனர். சங்கத்தமிழர்கள் தன்னைச் சுற்றியிருந்த அனைத்து உயிர்களுடனும் நெருங்கிய தொடர்பு கொண்டிருந்தனர். இந்நிலையில் நற்றிணை மக்களுக்கும், மீன்களுக்கும் உள்ள தொடர்பை ஆராய்வதே இக்கட்டுரையின் நோக்கமாகும்.

நற்றிணை

எட்டுத்தொகையின் முதல் நூலாக அமைவது நற்றிணை ஆகும். "192 புல-வர்களால்பாடப்பெற்றதுநற்றிணை" (ச.வே.சுப்பிரமணியன், சங்க இலக்கியம் எட்-டுத்தொகை நற்றிணை, ப.20). 192 புலவர்களுள் பத்து பெண்பாற்புலவர்களும் அடங்குவர். 7 அடி முதல் 13 அடி வரை உள்ள 400 பாடல்களைக் கொண்ட நற்றிணையில் 234 ஆம் பாடல் கிடைக்கவில்லை.

திணை இலக்கியம்

திணை என்பதன் பொருளாக "நிலம்குலம்இடம்வீடுஒழுக்கம்" என தமிழ் - தமிழ் அகரமுதலியில் காணலாம்.(மு.சண்முகப்பிள்ளை, தமிழ் - தமிழ் அகர-முதலி, ப.571) மேலும் தமிழண்ணல் கூறும் போது "**திணைஇலக்கியம்என்-பதுநிலஅடிப்படையுடையது. நிலமும்பருவப்பொழுதுகளும்இயற்கையும்பின்னணியா-கக்கொண்டமனிதவாழ்வுச்சாயலும்அதில்வாழும்உயிரினச்சாயலும்ஓவிய-மாகபடிந்துகிடப்பதேஆகும்**" (தமிழண்ணல், சங்க இலக்கிய ஒப்பீடு, ப.33) என்கி-றார்.

இயற்கைச் சூழலை விட்டு மக்களைப் பிரிக்க இயலாத அளவிற்கு மக்களின் வாழ்க்கை அவர்களது நிலத்துடனும், இயற்கைச் சூழலுடனும் ஒன்றியிருப்பதை திணை இலக்கியம் புலப்படுத்துகின்றது.

நெய்தல் திணைப் பாடல்கள்

நற்றிணையில் 101 நெய்தல் திணைப்பாடல்கள் உள்ளன. இப்பாடல்கள் கடலை நம்பி வாழும் மக்களின் வாழ்க்கை முறையை முழுவதுமாக விளக்கும் சிறப்பைப் பெற்றது. நெய்தல் என்பதற்குக் "கடலும்கடல்சார்ந்தஇடமும்" என்பது பொருள். (வெள்ளிவிழா தமிழ்ப்பேரகராதி, ப.198) இத்திணை மக்களின் தொழில் மீன் பிடித்தல் என்றும், அவர்களைப் பெருங்கடற்பரதவர் என அழைப்பதையும், குறுந்தொகை "பெருங்கடற் பரதவர் கோள்மீன் உணங்கலின்" (குறுந்தொகை -- 320:1) என்ற வரியின் வழி கூறுகின்றது. பரதவர் மீன்பிடித் தொழிலைச் செய்தா-லும் நற்றிணையில் அயிரை, இறால்,கௌிறு, சுரா, வரால், வாளை என்ற ஆறு வகை மீன்களைப் பற்றிய குறிப்புகள் 27 பாடல்களில் இடம் பெற்றுள்ளன. நெய்-தல் திணை மட்டுமின்றி மருதத்திணையிலும் மீன்கள் குறித்து காணலாம்.

அயிரை மீன்

அயிரை மீன் என்பது ஆசிய நாடுகளில் பொதுவாகக் காணப்படும் நன்னீர் மீன் இனம் ஆகும். இவை குளம், வாய்க்கால் மற்றும் சேறுகள் நிறைந்த குட்-டைகளில் வாழ்கின்றன. இவை உருவத்தில் மிகச்சிறிய அளவில் இருந்தாலும் உணவாகவும் பயன்படுத்தப்படுகின்றது.

ஒரு ஆண் மகன் தன்னைச் சார்ந்திருக்கும் மகளிரைப் பாதுகாக்க வேண்டும் என்ற கருத்தைப் புலவர் முக்கல் ஆசான் நல்வெள்ளையார் பதிவு செய்யும் போது காக்கை மற்றும் அயிரை மீனை பயன்படுத்துகிறார். "இருஞ்சேற்று அயிரை தேரிய தெண்கழிப்" (நற்றிணை --272:5).

ஆண் காக்கையானது தன் பெண் காக்கைக்கு கரிய சேற்றின் ஆழமான பகு-தியிலிருந்து அயிரை மீனைத் தேடித் தரும். இந்த ஆண் காக்கையின் கடும் முயற்சியைப் போலவே தலைவனும் தன் தலைவிக்காகக் கடும் முயற்சி செய்து பொருளீட்ட வேண்டும் என்பதையும், அயிரை மீன்கள் கடலோரம் உள்ள குட்-டைகள் மற்றும் சேற்று நீரின் ஆழமான பகுதிகளில் வாழும் தன்மையுடையன என்பதையும், மேற்காண் நற்றிணை பாடல் மூலம் அறியமுடிகின்றது.

கௌிறு

நீரின் அடித்தளத்தில் வாழும் நன்னீர் மீன் வகைகளுக்கு எடுத்துக்காட்டாக விளங்குவது கௌிறு மீன். இதைக் கெளுத்தி மீன் என்று பேச்சு வழக்கில் அழைக்கின்றனர். இவற்றின் தொடுமுளைகள் பூனையை நினைவுபடுத்துவது போல் உள்ளதால், இதனை பூனைமீன் என்றும் அழைப்பதுண்டு. பொதுமக்கள் நீரருந்தும் பொது நீர்நிலைகளில் கெளிற்றுமீன் செழிப்பாக வளரும் என்பதை,

"எம்ஊர் வந்து ஒண்துறைத் துழை / சினைக்கெளிற்று ஆர்கையை அவர்ஊர்ப் பெயர்தி" (நற்றிணை -70:4,5) என்ற வரிகள் கூறுகின்றன. வெண்மையான நாரையானது மக்களின் நீர் துறைகளில் நீரைத் துழாவி, கெளிற்று மீனைத் தின்னும் என்ற கருத்து மேற்காண் நற்றிணை பாடல் மூலம் உணரமுடிகின்றது. ஐக்கிய அமெரிக்காவில் 1987 ஆம் ஆண்டு முதல் சூன் 25 ஆம் நாள் கெளிறுமீன் தினமாகக் கொண்டாடப்படுகிறது.

வரால்மீன்

வரிகளை உடையதால் வரால், விரால், பிரால் எனவும் அழைக்கின்றனர். வரால் மீன் நன்னீரில் வாழும் தன்மையுடைய மீன் இனமாகும். இதன் தோற்றம் உருண்டை வடிவமாக நீண்ட உடலை பெற்றிருக்கும். தலை பாம்பின் தலையைப் போன்று இருக்கும். "கருங்கண் வராஅல் பெருந்தடி மிளிர்வையோடு" (நற்றிணை --60:4). அதாவது கரிய கண்களையுடைய வரால் மீனின் பொடிய துண்டங்களை அவை மிளிரும் வண்ணம் குழம்பிலே போட்டு உணவுக்கு அரிசிச் சோற்றை விரும்பி உண்ணும் வழக்கம் உடையவன் தலைவன் என புலவர் தூங்கலோரியார் பாடுகிறார். வரால் மீன்களை மக்கள் விரும்பி உண்பர் என்பது இதன் மூலம் புலப்படுகிறது. வரால் மீன் "தெலுங்கானா மாநிலத்தின் மீன்" (விக்கிபீடியா) என அறிவிக்கப்பட்டுள்ளது.

வாளை மீன்

வாளை மீன் என்பது உலகம் முழுவதும் உள்ள வெப்பக் கடல்களில் காணப்-படும் மீன் இனம் ஆகும். இது பார்ப்பதற்குச் சற்று நீளமாக இருக்கும். வாளை மீன் பற்றிய செய்திகள் நற்றிணையில் நான்கு பாடல்களில் பயின்று வருகின்றன. குளங்களில் வாளை மீன்கள் அதிகமாகக் காணப்படும் என்பதை, "வாளை பிற-ழும் ஊரற்கு நாளை" (நற்றிணை --310:4) என்ற வரியிலும், வாளை மீன்கள் கொம்புகளை உடையது என்பதையும், குளத்தில் வாழும் வாளை மீனானது மடை வழியே வெளியேறி, கால்வாயை அடைந்தபின் வயலில் சென்று புரளும் என்ப-தையும், பின்வரும் வரிகள் உணர்த்துகின்றன.

"படைமாண் பெருங்குள மடைநீர் விட்டென

கால்அணைந்து எதிரிய கணைக்கோட்டு வாளை

அள்ளல்அம் கழனி உள்வாய் ஓடிப்" (நற்றிணை --340:3-5).

ஒளவையார் வாளை மீன்களைப் பற்றிப் பின் வருமாறு பாடுகின்றார்.

"வாளை வாளின் பிறழ நாளும்

நீர்பொய்கை நீர்நாய் வைகுதுயில் ஏற்கும்" (நற்றிணை --390:1,2).

இறால் மீன்

கடல்வாழ் உயிரினங்களின் இறந்த உடல்கள் கழிவுப் பொருட்களாகும். இதனை உண்ணும் இறால்களை "கடலின் தூய்மையாளர்கள்"என அழைப்பர். (விக்கிபீடியா) இறால் மீன் குறித்த பதிவுகள் நற்றிணையில் பத்து பாடல்களில் இடம் பெற்றுள்ளன.

"பெருஞ்சே யிறவின் துய்த்தலை முடங்கல்"

"சிறுவெண் காக்கை நாள்இரை பெறூஉம்" (நற்றிணை --358:8,9).

"முடிவலை முகந்த முடங்குஇறாப் பரவைப்" (நற்றிணை --49:3). "புன்னை-யங் கொழுநிழல் முன்உய்த்துப் பரப்பும்" (நற்றிணை --101:4). என்ற நற்றிணை வரிகளைக் கொண்டு, பரதவர்கள் கடலில் இறால் மீன்களை வலைகளால் பிடித்-தார்கள். பிடிக்கப்பட்ட மீன்களை புன்னை மர நிழலில் உலர்த்தினர். அப்போது அங்குவரும் வெண்காக்கையானது இறாலின் பஞ்சு போன்ற தலையை விரும்பி உண்ணும் என்பதை அறிகின்றோம்.

இறால் மீனின் அமைப்பையும், அது தன் எதிரியிடமிருந்து லாவகமாக தப்-பித்துச் செல்வதையும், பின்பு தாழைப் பூக்களைப் பார்த்து பயப்படுவதையும், ஒரு நற்றிணை பாடல் அழகாகக் காட்சிப்படுத்துகின்றது.

"கருங்கால் குருகின் கோள்உய்ந்து போகிய

முடங்குபுற இறவின் மோவாய் ஏற்றை" (நற்றிணை--211:4,5)

சேற்றுடன் விளங்கும் உப்பங்கழியில் கருமையான காலுடன் விளங்கும் நாரை, தன் இரையை நோக்கிப் பாயும் போது வளைந்த வாலையும், உயர்ந்த முதுகையும் உடைய இறால் மீன் அதன் குத்துக்குத் தப்பிச் செல்லும். மோதும் அலையால் குவிக்கப் பெற்ற மணல் மேட்டில் தலை சாய்ந்தபடி நிற்கும் பூக்களை வண்டுகள் மொய்க்கும். அதனை நாரை எனக் கருதி இறால் மீன் அஞ்சும் காட்சியை மேற்-காண் பாடல் நமக்குக் காட்டுகின்றது.

சுறா மீன்

நற்றிணையில் 15 பாடல்களில் சுறா மீன் இடம் பெற்றுள்ளது. இது வேகமாக நீந்த வல்ல பெரிய மீன் வகைகளில் ஒன்றாகும். சுறாமீன் நீரை உறிஞ்சி அதி-லுள்ள காற்றைச் சுவாசிக்கும். பின்பு அந்நீரை வெளியே உமிழும். இதனை, "திருந்துவாய்ச் சுறவம் நீர்கான்று ஓய்யெனப்" (நற்றிணை --132:2) என்ற வரி உணர்த்துகின்றது. பரதவர் சுறாமீனைப் பிடிக்கும் காட்சியை நம் கண்முன் கொண்டு வந்து நிறுத்துவது நற்றிணை ஆகும்.

"கடுஞ்சுரா எறிந்த கொடுந்திமிற் பரதவர்

வாங்குவிசைத் தூண்டில் ஊங்கூங்கு ஆகி

வளிபொரக் கற்றை தாஅய் நளிசுடர்" (நற்றிணை --199:6-8)

சுறாமீனை கடல் நீரில் விரைந்து செல்லும் சுறாமீனைப் பிடிக்க வலை வீசிய படகை உடைய பரதவர் இழுக்கும் விசைமிக்க துhண்டிலின் இடையே காற்று புகுந்து வீசுவதால் எரிகின்ற தீயின் திரட்சி பரவ, அத்தீச்சுடரின் நெருங்கிய நீல நிறம் கொண்ட வானத்தின் மீனைப் போலச் சிறிதாக மெல்ல மெல்ல ஒளிவீசும் காட்சியை மேற்காண் பாடல் நமக்கு எடுத்துரைக்கின்றது.

கூர்மையான பல பற்களைக் கொண்டுள்ள சுறாக்களுக்குக் குறைந்தது நான்கு வரிசைப்பற்கள் இருக்கும். இரண்டு வாரங்களுக்கு ஒருமுறை சுறாக்களுக்குப் புதிய பல் முளைத்துவிடுகிறது. புலி சுறாக்களுக்கு பத்தாண்டுகளில் 24,000 பற்கள் முளைக்கின்றன. (விக்கிபீடியா) சுறாவின் பற்கள் மிகவும் கூரானவை, வலைகளை கிழிக்கும், மனிதர்களைக் கொல்லும் என்ற கருத்துக்களை,

"கோட்சுறாக் குறித்த முன்பொடு

வேட்டம் வாயாது எமர்வா ரலரே" (நற்றிணை --215:11,12)

என்ற வரிகளில் காணலாம். மக்கள் தாழை இலையை சுறாவின் கொம்புக்கு ஒப்பாக்குவர்.

"திரைமுதிர் அரைய தடந்தாட் தாழைச்

சுறவுமருப்பு அன்ன முட்டோடு ஓசிய" (நற்றிணை --131:4)

சுறாமீனின் கொம்பினைப் போன்று இருபுறமும் முள் கொண்டு விளங்குவது தாழை இலை ஆகும்.

மீன்நிணம் தொகுத்த ஊன்நெய் ஒண்சுடர் (நற்றிணை --215:5)

சங்க கால மக்கள் மீன் கொழுப்பை உருக்கிய நெய்யினை இட்டு விளக்கேற்-றுவர். மக்களின் வீடுகளில் ஒளி தரவும் மீன் நெய் பயன்பட்டதை மேற்காண் வரி மூலம் அறிய முடிகின்றது.

முடிவுரை

சங்க கால மக்களின் வாழ்வில் கடலுக்கும் மீன்களுக்கும் நெருங்கிய தொடர்பு இருந்ததை நற்றிணைப் பாடல்கள் வாயிலாக இக்கட்டுரையில் விளக்கப்பட்டுள்-ளது. சங்க இலக்கியங்கள் அனைத்தும் மக்களின் வாழ்வை பிரதிபலிக்கும் காலக்-கண்ணாடி என்பதில் எள்ளளவும் ஐயமில்லை.

2

நற்றிணையும் காக்கையும்

சங்க இலக்கியங்கள் சங்க கால மக்களின் வாழ்க்கையைக் காட்டும் காலக் கண்ணாடியாக விளங்குகின்றன. அம்மக்களின் வாழ்வில் பங்குபெற்ற மரம், செடி, கொடி, பூ, பறவை, விலங்கு என அனைத்தையும் சங்க காலப் புலவர்கள் தம் பாடல்களில் பாடியுள்ளனர். தன்னைச் சுற்றி வாழும் பறவைகள் மூலம் பாடம் கற்-பவனாக மனிதன் இருந்தான். இந்நிலையில் நற்றிணை மக்களுக்கும் காக்கைக்கும் இருந்த தொடர்பை ஆராய்வதே இக்கட்டுரையின் நோக்கமாகும்.

நற்றிணை

நற்றிணை சங்க இலக்கியங்களில் உள்ள எட்டுத்தொகை நூல்களுள் முதலா-வதாகும். இதனை,

நற்றிணைநல்லகுறுந்தொகைஐங்குறுநூறு

ஒத்தபதிற்றுப்பத்துஓங்குபரிபாடல்

கற்றறிந்தார்ஏத்தும்கலியோடுஅகம்புறம்என்று

இத்திறத்தஎட்டுத்தொகை

என்ற பாடல் உணர்த்துகின்றது (ச.வே.சுப்பிரமணியன், சங்க இலக்கியம் எட்-டுத்தொகை, நற்றிணை, ப.13). நற்றிணை என்பது நல் + திணை ஆகும். நாம் வாழ்வில் கடைபிடிக்க வேண்டிய ஒழுக்கலாறுகளை விளக்கிக் கூறுவது நற்றிணை ஆகும். நற்றிணை அகம் பற்றிய செய்திகளைக் கூறுகின்றது. புலவராகவும், அரச-ராகவும் இருந்த பன்னாடு தந்த பாண்டியன் மாறன் வழுதி என்பவர் நற்றிணைப் பாடல்களைத் தொகுக்கச் செய்தார். '192 புலவர்களால்பாடப்பெற்றதுநற்றிணை' என ச.வே.சுப்பிரமணியன் கூறுகிறார். 7 அடி முதல் 13 அடி வரை உள்ள 399 பாடல்களால் ஆனது நற்றிணையாகும்.

காக்கை

காகம் அல்லது காக்கை என அழைக்கப்படும். இப்பறவை உலகின் எந்தப் பருவ நிலை உள்ள கண்டங்களிலும் வாழும் திறன் பெற்றவை. இதனைப் பேச்சு வழக்கில் காக்கா என்றும் அழைப்பர். "இந்தியாவில்அதிகமாகக்காணப்-டும்பறவைஇனமாகும்" (முனைவர் க.ரத்னம், தமிழ் நாட்டுப் பறவைகள், மெய்-யப்பன் பதிப்பகம், ப.164) காகங்களில் 40 இனங்கள் உண்டு. மனிதர்கள் வெளியிடும் குப்பைக் கூளங்களை உணவாகக் கொண்டு, சுற்றுப்புறச் சூழல் பாதுகாப்பில் பங்கு வகிக்கிறது. "அறிஞர்களின்கருத்துப்படிபறவைகளில்அதிகஅறி-வுத்திறன்பெற்றபறவைகாகம்ஆகும்.   இதற்குக்காரணம்அதன்மூளைப்பகுதி-யில்உள்ளநிடோபோடாலியம்" (விக்கிபீடியா) ஆகும். ஒவ்வொரு நாளும் தமிழர்-களின் வீடுகளில் சமைக்கப்படும் சாதத்தில் முதல் பங்கு காகத்திற்கு வைக்கப்பட்டு பின்பு வீட்டிலிருப்பவர்கள் சாப்பிடும் வழக்கம் கடைபிடிக்கப்பட்டு வந்தது.

காதலிக்கும் காகம்

நற்றிணையில் ஒன்பது இடங்களில் காகத்தைப் பற்றிப் பேசப்படுகிறது. அன்பு செய்வது எல்லா உயிர்களுக்கும் பொதுவான ஒன்று. கரிய பெரிய உப்பங்கழியில் தெளிவான நீர்ப்பரப்பில் சிவந்த இறால் மீனைத் துழாவி எடுத்து தன் விருப்பத்-திற்குரிய பெண் காக்கையை அழைத்து அதற்கு இறால் மீனைத்தரும். இதனை,

சேயிறாளறிந்தசிறுவெண்காக்கை

பாய்இரும்பனிச்சுழிதுழைஇ, பைங்கால்

தான்வீழ்பெடைக்குப்பயிரிடூஉச்சுரக்கும்(நற்றிணை.31: 2-4) என்ற வரிகளில் அறியலாம். மேலும்,

கடல்அம்காக்கைச்செவ்வாயச்சேவல்

…………. ………… ………… …………

கடுஞ்சூல்வதிந்தகாமர்பேடைக்கு

இருஞ்சேற்றுஅயிரைதேரிய …………(நற்றிணை.272: 1,4,5)

என்ற பாடலின் வழியே காக்கையின் சிவந்த வாயையுடைய ஆண் பறவை, வெண் மணற் குவியலில் ஒருபுறம் தங்கியுள்ள தன் பெண் காக்கைக்குக் கரிய சேற்றில் இருந்து அயிரைமீனைத் தேடித் தரும் என்பதையும் உணர முடிகின்றது. காக்கைகள் தன் இணையின் மீது காதலை அளவிலாது வெளிப்படுத்துவதை சுட்-டிக்காட்டும் புலவர் இதன் மூலம் சங்க காலத் தலைவன், தலைவி மீது கொண்ட அன்பை மறைமுகமாகப் புலப்படுத்துகின்றார்.

தெய்வ பக்தி

சங்க கால மக்கள் மிகுந்த தெய்வ பக்தி உடையவர்களாக இருந்தனர். அவ்-வப்போது தெய்வங்களுக்காக உயிர்ப்பிராணிகளைப் பலியிட்டு, ஊன் துண்டங்க-ளோடு கூடிய பலிச்சோற்றைக் காக்கைகளுக்கு வைப்பர்.

மாசுஇல்மரத்தபலிஉண்காக்க(நற்றிணை.281:1)

கொக்குஉகிர் நிமிரல் மாந்தி, எல்பட (நற்றிணை.258:6)

உகுபலி அருந்திய தொகுவிரள் காக்கை (நற்றிணை.343:5)

என்ற வரிகள் வாயிலாகப் பலிச் சோற்றை காக்கைகள் விரும்பி உண்ணும் என்பது புலனாகிறது. காக்கைகள் உண்ணும் படையல்களைக் கொண்டு சங்க கால மக்களின் தெய்வ பக்தியை நற்றிணை நமக்குக் கூறுகின்றது.

கூடி வாழ்தல்

காக்கையின் சிறந்த பண்புகளில் ஒன்று கூடி வாழும் பண்பு ஆகும். ஒரு காக்கை இறந்து விட்டால், அனைத்துக் காக்கைகளும் கூடி கரைவது, மனிதர்க-ளின் மரண அஞ்சலி நிகழ்வை ஒத்துள்ளது.

சிறுவெண் காக்கை பலவுடன் ஆடும்(நற்றிணை.231:4)

கொடுங்கண் காக்கைக் கூர்வாய்ப் பேடை(நற்றிணை.367:1)

என்ற வரிகள் பெரிய கடற்பரப்பில் கருமையான முதுகு நனையும்படி வெண்-மையான நீர்க்காக்கையும் பலவும் ஒன்று சேர்ந்து நீரைக் குடைந்து மகிழும் என்ற செய்தியையும், சாய்ந்த கண்ணையும், கூரிய வாயையும் உடைய காக்கை நடுங்-குகின்ற தன் பிள்ளையைத் தழுவித் தன் இணையாகிய காக்கையை அழைத்து பலிச்சோற்றை உண்ணும் என்ற செய்தியையும் விளக்குகின்றன.

காக்கை கரவா கரைந்துண்ணும் ஆக்கமும்

அன்னநீ ரார்க்கே உள (திருக்குறள்.527)

காக்கை தனக்குக் கிடைத்ததை மறைத்து வைக்காமல் சுற்றத்தைக் கூவி அழைத்து உண்ணும் என்பதை நாம் திருக்குறளில் காணலாம். இவ்வாறாக தலை-வனும் தலைவி மற்றும், தன் சுற்றத்தார்களுடன் சேர்ந்து வாழ வேண்டும் என்பதை புலவர்கள் காக்கைகள் வாயிலாக உணர்த்துகின்றார்கள்.

சங்கத் தமிழர்களின் வாணிபம்

சங்கத் தமிழர்கள் வாணிபத்தில் சிறந்து விளங்கினர். குறிப்பாகக் கடல் வாணி-பத்திலும் சிறந்து விளங்கினர். அவர்களின் கடற்கரையில் நிறைய பாய்மரக் கப்-பல்கள் நின்றிருந்தன.

பச்சிறாக் கவர்ந்த பசுங்கட் காக்கை

துாங்கல் யங்கத்துக் கூயிபில் சேக்கும்(நற்றிணை.258:8-9)

இறால் மீனைக் கவர்ந்து உண்ட காக்கையானது, கடலில் நிற்கும் கப்பலில் அமைந்த பாய்மரத்தில் தங்கும் என புலவர் நக்கீரர் குறிப்பிடுகின்றார். இதன் வழியே சங்கத் தமிழர்கள் பாய்மரக் கப்பல்களைக் கொண்டிருப்பது புலனாகிறது.

கொட்டாவி

பொதுவாகத் துாக்கம் வருவதற்கு முன்பு கொட்டாவி வரும்."கொட்டாவி - மூளையைக் குளிர்விக்க தேகம் செய்யும் யாகம்"(விக்கிபீடியா) என்பது அமெரிக்க

உளவியல் நிபுணர் ஆண்ட்ரு காலப்பின் கருத்து. மனிதர்கள், விலங்குகள் கொட்-
டாவி விடுவதை அறிந்துள்ளோம். ஆனால் காக்கையும் கொட்டாவி விடுவதை
புலவர் குறிப்பிட்டுள்ளார் .

.... ஆம்பல்

சிறுவெண் காக்கை ஆவித் தன்னை (நற்றிணை.345:3-4)

ஆம்பலின் அரும்புகள் சாய்ந்து வெண்ணிறமாய் மலர்ந்து நிற்பது வெள்ளைக்
காக்கை கொட்டாவி விட்டது போல் உள்ளது என்பதை மேற்காணும் வரிகளின்
வழியே அறியலாம்.

காக்கையைக் கூர்ந்து கவனிப்பதன் மூலமே அது கொட்டாவி விடுவதை நாம்
உணரமுடியும். சங்க காலப் புலவர்கள் தம்மைச் சுற்றியுள்ள இயற்கையையும்,
பிராணிகளையும், பறவைகளையும் கூர்ந்து கவனித்துள்ளனர் என்பது புலனாகிறது.

தலைவியின் காத்திருப்பு

தலைவி, தலைவனைக் காதலிக்கும் போதும், பிறகு ஊடலின்போதும், தலை-
வனுக்காகத் தலைவி காத்திருப்பதைச் சங்க இலக்கியங்கள் பல இடங்களில் சுட்-
டிக் காட்டுகின்றன. இவ்வாறான தலைவியின் காத்திருப்பை, 'கழார்க் கீரன் எயிற்-
றியார்' என்ற புலவர் காக்கையின் காத்திருப்புக்கு உவமித்துக் கூறுகிறார்.

பனிக்கடு மையின் நனிபெரிது அழுங்கி

துஞ்சாம் ஆகலும் அறிவோர் (நற்றிணை.281:9-10)

அதாவது சோழர்களது 'கழாஅர்' என்னும் ஊரில் கொள்ளப்பெறும் மிகுந்த
பலிச்சோற்றை ஊன் துண்டங்களோடு கூடிய விருந்தாகப் பெறுவதற்குக் காக்கை
காத்திருக்கும். இதைப் போலவே, தலைவன் இல்லாத நிலையில், பனிக் கொடு-
மையால் வாடும் தலைவியானவள், தலைவினுக்காகக் காத்திருக்கிறாள்.

முடிவுரை

மேற்கண்ட ஆதாரங்கள் வாயிலாக, சங்க கால புலவர்கள் இயற்கையுடன்
இணைந்து வாழ்ந்தனர். குறிப்பாக, உயிரினங்களில் பறவையை நேசித்தனர். தம்
பாடல்களில் பாடுபொருளாகக் கொண்டனர் என்பது தெளிவாகின்றது. இவ்வாறாக
நற்றிணைக்கும் காக்கைக்கும் உள்ள தொடர்பு ஆராயப்பட்டது.

3

நற்றிணையில் அன்றில், கிளி

இவ்வுலகில் அனைத்து உயிர்களுக்கும் அன்பு இன்றியமையாதது. மனிதர்கள் பொதுவாக தம் சக மனிதர்கள் மீது அன்பு செலுத்துவது இயற்கையான ஒன்றே. இவ்வியல்பையும் தாண்டி சங்க கால மக்கள் இயற்கையை மிகவும் விரும்பினர். குறிப்பாக மரங்களையும் பறவைகளையும் பிற உயிரினங்களையும் நேசித்தனர். அவற்றை உற்றுக் கவனித்தனர். செய்யுள்களில் பாடு பொருளாக்கி அழகு பார்த்-தனர். இவ்வாறாக மனிதர்களுக்கும் அன்றில், கிளி போன்ற பறவைகளுக்கும் உள்ள தொடர்பை, அன்பை நற்றிணை வாயிலாக ஆய்வதே இக்கட்டுரையின் நோக்கமாகும்.

விழுமியங்கள்

மனித வாழ்வின் விழுமியங்களில் அன்பும் ஒரு பகுதியாகும். இதனை, **அன்புஅகிம்சைஉண்மைசாந்திமானுடம்நல்லொழுக்கப்பண்புகள்என்பனமனிதவிழு-மியங்கள்** என குமாரசாமி சோமசுந்தரம் குறிப்பிடுகிறார் .

நற்றிணை

நற்றிணை சங்க இலக்கியங்களில் உள்ள எட்டுத்தொகை நூல்களில் முதலா-வதாகும். இதனைப்,

நற்றிணைநல்லகுறுந்தொகைஐங்குறுநூறு

ஒத்தபதிற்றுப்பத்துஒங்குபரிபாடல்

கற்றறிந்தோர்ஏத்தும்கலியேஅகம்புறம்என்று

இத்திறத்தஎட்டுத்தொகை…. (ச.வே.சுப்பிரமணியன், சங்க இலக்கியம் எட்டுத்-தொகை, நற்றிணை, ப.13)என்ற பாடல் உணர்த்துகிறது. நல் + திணை = நற்-றிணை என்றாகும். நாம் மனித வாழ்வில் கடைபிடிக்க வேண்டிய ஒழுக்கக் கூறு-

களை முறையாக கடைபிடிக்க வேண்டும் என்று வலியுறுத்துவதே நற்றிணை. இது அகம் பற்றிய செய்திகளைக் கூறுகின்றது. இப்பாடல்களைத் தொகுக்கச் செய்த- வர் பன்னாடு தந்த பாண்டியன் மாறன் வழுதி. இவர் புலவராகவும் அரசராகவும் இருந்தார். 192 பாடல் புலவர்களால் பாடப்பெற்றது நற்றிணை என ச.வே. சுப்- பிரமணியம் கூறுகிறார் 7 அடி முதல் 13 அடி வரை உள்ள 399 பாடல்களால் ஆனது நற்றிணையாகும்.

பறவைகள்

சங்க இலக்கியத்தில் தலைவனுக்கும் தலைவிக்கும் இடையே நிகழும் அன்பு, பிரிவு போன்றவற்றை விளக்க பறவைகளின் வாழ்வியல் சூழல்களே சான்றாக அமைகின்றன. நற்றிணையில் 104 இடங்களில் பறவைகளைப் பற்றிய குறிப்புகள் பயின்று வந்துள்ளது.

அன்றில் பறவை (Glossy lips)

தலைவனைப் பிரிந்த தலைவி படும் துன்ப சூழலை விளக்க அன்றில் பறவையின் பிரிவை உவமையாக்கித் தோழி தலைவனிடம் பேசுகிறாள். ஒன்- றில்காலைஅன்றில்போலப் / புலம்புகொண்டுஉறையும்புன்கண்வாழ்க்கை(எட்டுத்- தொகை 124 -1,2). தன் துணையைப் பிரிந்த காலத்தில் அன்றில் பறவை, அப்பி- ரிவைத் தாங்க இயலாமல் இறந்துவிடும். அதுபோல "நம் தலைவி உங்கள் பிரிவை தாங்கமுடியாமல் இறக்கும் நிலையில் இருக்கிறாள்" என தோழி தலைவனிடம் பேசுவதை இப்பாடல் விவரிக்கிறது.

தன் துணையைப் பிரிந்த அன்றில் பறவை பிரிவாற்றாது இறந்துவிடும் என்ற உண்மையை இப்பாடல் நமக்குப் புலப்படுத்துகின்றது. அன்றில் பறவையின் பிரி- வைப் பற்றி குறுந்தொகையிலும் ஒரு அழகான பாடல் உண்டு.

பூவிடைப்படினும்யாண்டுகழிந்தன்ன .... (குறுந்தொகை 57-1)

இப்பாடல் வரியில் இரு அன்றில் பறவைகள் நீரில் நீந்தும் பொழுது இடையில் ஒரு நாணல் வந்தது. ஒரு நொடி அவ்விரு பறவைகளும் பிரிந்து, அந்நிலை கடந்து மீண்டும் ஒன்று சேர்ந்தது. அச்சிறு பிரிவு கூட அப்பறவைகளுக்குப் பெரும் பிரிவாகத் தோன்றியது. பொருள் சம்பாதிப்பதற்காகத் தலைவன் தன்னை விட்டுச் சிறுபொழுது பிரிந்திருந்தாலும், இப்பிரிவானது ஒரு பெரும் பிரிவாக வருத்தத்தைத் தருவதாகத் தலைவி உணர்வதை அன்றில் பறவைகள் மூலமாக புலவர் விளக்கு- கிறார்.

தமியேன்கேட்குவென்கொல்லோ

பரியரைப்பெண்ணைஅன்றிற்குரலே(நற்றிணை 218-10,11). தலைவனைப் பிரிந்த தலைவி இரவு முழுவதும் வருத்தத்தோடு கழிக்கிறாள். அப்போது பனைம- டலில் தங்கியிருக்கும் அன்றில் பறவையின் குரலையும் கேட்டு வருந்தி நிற்கிறாள்.

இந்த அன்றில் பறவை தன் துணையைப் பிரிந்ததால் அகவுகிறதோ அல்லது தன்மேல் வருத்தப்பட்டு அகவுகிறதோ என தலைவி கற்பனையாக எண்ணுகிறாள். அன்றில் தன் இணையைப் பிரிந்தால் எழுப்பும் ஒலி - அகவல் என்றும், தன் இணையுடன் சேரும்போது எழுப்பும் ஒசை - உளறல் என்றும், பெண் பறவை தன் வயிற்றில் கருவைச் சுமந்து கொண்டிருக்கும்போது எழுப்பும் ஓசை - நரலல் என்றும் சங்கத்தமிழ் பாகுபடுத்தி வழங்குகின்றது.

அன்றில் பறவையானது அரிவாள் மூக்கன் (Plegadis falcinellus) திரெஸ்கியோர்நித்திடே (Threskiornithidae) என்ற குடும்பத்தைச் சார்ந்த ஒரு கரைப்பறவை (shore bird or wader) ஆகும். இது ஐரோப்பா, ஆசியா, ஆப்பிரிக்கா, ஆஸ்திரிலியா மற்றும் அமெரிக்காவின் அட்லாண்டிக் பெருங்கடல், கரீபியன் பகுதிகளில் ஆங்காங்கு காணப்படுகின்றன. இவ்வினமானது புலம் பெயரக்கூடியது. அன்றில் பறவை மரக்கிளைகளில் பிற கொக்குகளோடு கூட்டமாக முட்டையிடுகின்றன. சதுப்பு நிலங்களில் மந்தையாக இரை தேடக்கூடியவை இவை. மீன், தவளை மற்றும் பிற நீர்வாழ் உயிர்களையும், அவ்வப்போது பூச்சிகளையும் இரையாகக் கொள்கின்றன. அன்றில்பறவைஇனப்பெருக்கக்காலங்களில்கரகரப்பானஉறுமல்போன்றசிர்ர்ர்என்றஒலியினைஏற்படுத்துகின்றது. இதுசங்ககாலத்தில்ஊணூரில் (இக்காலக்கோடியக்கரை) அதிகமாகக்காணப்பட்டது. (விக்கிபீடியா இணையதளம்)

தற்போதைய சினிமா பாடல்களிலும் அன்றில் பறவை இடம்பெறுவதை நாம் பார்க்க முடியும். **ஜீன்ஸ்திரைப்படத்தில்கண்ணோடுகாண்பதெல்லாம்** என்ற பாடலில்,

அன்றில் பறவை இரட்டைப் பிறவி

ஒன்றில் ஒன்றாய் வாழும் பிறவி

பிரியாதே விட்டுப் பிரியாதே...

என்ற வரிகள் இடம்பெறுகின்றன.

அன்றில் பறவை குறித்த செய்திகள் நற்றிணையில் ஐந்து பாடல்களில் இடம் பெற்றுள்ளன. இவ்வாறாக தமிழர்களுக்கும் அன்றில் பறவைகளுக்கும் உள்ள தொடர்பினைச் சங்கப் பாடல்கள் வழியாக அறிகிறோம்.

கிளி (பாசினம், கிள்ளை)

கிளி என்பது சித்தாசிடே குடும்பத்தைச் சேர்ந்த பறவை. இவற்றுள் சுமார் 86 இனங்களைச் சார்ந்த 372 வகைகள் உள்ளன. இவை சிறப்பியல்பான வளைந்த சொண்டைக் (அலகு) கொண்டன. ஆஸ்திரேலியாவிலும், தென் அமெரிக்காவிலுமே மிக அதிக வகையிலான கிளிகள் உள்ளன. தமிழ்நாட்டில் பொதுவாக காணப்படுவது சிவப்பு வளைய கிளியாகும் ; (Rose Ringed parakeet). விதைகளும், பழங்களும், கொட்டைகளும், பூக்களும், மொட்டுக்களும் மற்றும் தாவரம் சார்ந்த பிற பொருட்களுமே கிளிகளின் முக்கிய உணவு.

கியா என்ற பெயர் கொண்ட ஆஸ்திரேலியா கிளிகள் மாமிசம் மற்றும் அழு-கியவற்றை திண்பவை. கிளியின் சராசரி ஆயுட்காலம் 50 ஆண்டுகள். கிளிகள் உலகின் அனைத்து வெப்பமண்டல மற்றும் மிதவெப்ப மண்டலக் கண்டங்களிலும் காணப்படுகின்றன. ஆஸ்திரேலியா, மத்திய அமெரிக்கா மற்றும் தென் அமெ-ரிக்கா பகுதிகளில் காணப்படுவனவற்றுள் அதிக வேறுபாடுகளைக் காணமுடிகிறது. பத்து கிராம் அளவில் இருந்து 4 கிலோ வரையிலான எடையிலும், 8 செ.மீட்டர் முதல் ஒரு மீட்டர் வரையிலான அளவுகளிலும் காணப்படுகின்றன. (விக்கிபீடியா இணையதளம்)

நற்றிணையில் 19 பாடல்களில் கிளிகளைப் பற்றிய குறிப்புகள் காணப்படு-கின்றன. குறிஞ்சித் திணையில் கபிலர் பாடிய ஒரு பாடல்,

மயில்அழிவுஅறியாமன்னோ

பயில்குரல்கவரும்பைம்புறக்கிளியே(நற்றிணை 13 - 8,9)

இயற்கைப் புணர்ச்சி முடிந்த அடுத்த நாள் தலைவியின் கண் சிவந்து இருப்-பதைக் கண்டு தோழி காரணம் கேட்கிறாள். தலைவி உண்மையான காரணத்தை மறுத்து சுனை ஆடியதால், பந்தாடியதால் இவ்வாறு ஏற்பட்டது என காரணம் கூறுகிறாள்.

தலைவிக்குப் பாதுகாவலாய் இருக்கும் தோழிக்கு தலைவியின் புணர்ச்சி குறித்து நன்கு தெரியும். இந்நிலையில் தலைவியே! திணைகளைக் கிளிகள் கவர்ந்து செல்கிறது. நீ அதை விரட்டாமல் இருக்கிறாய்! உனக்கு என்ன ஆனது? எனக் கேட்கிறாள். தலைவி காரணம் கூறாது அழுகிறாள்.

தோழிக்குத் தம் கூடல் குறித்துத் தெரியாது என்று தலைவி எண்ணுவது கிளி-களின் சிந்தனைக்குச் சமமாகும். கிளிகள் கதிர்களைக் கவர்ந்து செல்லும் பொழுது இது மயிலுக்கு தெரியாது என எண்ணிக் கொள்ளும். ஆனால் கிளிகள் கதிர்க-ளைக் கவர்ந்து செல்வது மயில்களுக்குத் தெரியும்.

இங்கு இறைச்சியாகப் பயின்று வருவது மயிலுக்குத் தெரியாது எனக் கிளி எண்ணுவது போல தோழிக்குத் தெரியாது என தலைவி எண்ணுவதாகும். இவ்-வாறு புலவர் கபிலர் தலைவியின் எண்ண ஓட்டத்தைக் கிளியின் எண்ண ஓட்-டத்தோடு பொருத்திப் பாடுகிறார்.

சங்க காலத்தில் திணைக் கதிர்களைத் திண்ண வரும் கிளிகளை விரட்ட ஆட்களை நியமித்தனர் என்ற செய்தியைப் பின்வரும் வரியுடைய பாடல் விளக்-குகிறது.

செவ்வாய்ப்பாசினம்கடிஇயர், கொடிச்சி!(நற்றிணை 134-4)

பொதுவாகத் தாய் சொல்லும் கட்டளைகளைக் குழந்தைகள் பல நேரங்களில் ஏற்பதில்லை. இந்நிலை சங்க காலத்திலும் கூட நிகழ்ந்திருக்கின்றது. திணைக் கதிர்களைத் திண்ன வரும் கிளிகளை விரட்டச் செல்! என்று தலைவியின் தாய்

பலமுறை கூறியும், தலைவி மறுக்கிறாள். தலைவன் அங்கு வருவான் என தோழி கூறிய பின்பே தலைவி திணைப்புனம் செல்லச் சம்மதிக்கிறாள்.

கிளிகளை விரட்ட **கிளிகடிக்கருவி** என்ற ஒரு கருவி அக்காலத்திலேயே பயன்பாட்டில் இருந்தது. ஒரு மூங்கில் குச்சியின் சிறிய பிளவைப் பெரிதாகப் பிளந்து அதில் ஒரு கல்லை வைத்து குச்சியைச் சுழற்றும் போது அக்கல் தூரத்தில் சென்று விழும். இதற்குத் **தட்டை** என்ற பெயரும் உண்டு. இதன் மூலம் சங்க கால மக்கள் அறிவியல் பூர்வமாகச் சிந்தித்ததையும் உணர முடிகிறது. இதனால் அக்காலங்களில் சோளக்கொல்லை பொம்மை இல்லை என்பதையும் அறியலாம்.

முடிவுரை

சங்ககால மக்கள் இயற்கையோடு இயைந்து வாழ்ந்தார்கள். பறவைகளோடும் விலங்குகளோடும் இணக்கமாக இருந்தார்கள். குறிப்பாக அன்றில், கிளி போன்ற பறவைகளோடு அவர்களுக்கு நெருக்கமான சூழல் இருந்ததை இக்கட்டுரை விரி-வாக ஆராய்ந்துள்ளது.

4

எண்ணமே வாழ்வு தரும் - சிந்தனைகள்

மனிதனுடைய வாழ்வை உருவாக்கும் மிகப்பெரிய கருவி எண்ணம்தான். அவன் எண்ணும் ஒவ்வொரு எண்ணமும், அவனுடைய எண்ணத்தில் எழும் ஒவ்வொரு நினைவும், அவன் உள்ளத்தில் வந்து விழுந்து வேரூன்றி விடும். ஒவ்வொரு செய்தியும் அவன் வாழ்வை ஆக்கவோ, அழிக்கவோ செய்கிறது. அவற்றை அலசி ஆராய்ந்து தள்ள வேண்டியதைத் தள்ளியும், கொள்ள வேண்-டியதைக் கொண்டும், கொண்டவற்றை அடக்கியாண்டு திறம்படவும் எச்சரிக்கை-யுடனும் நிதானத்துடனும் மனிதன் பயன்படுத்தினால் வெற்றி அடைவான். எண்-ணத்தின் ஆற்றல் மகத்தானது. அறிஞர் அப்துர் - ரஹீம் அவர்கள் எழுதிய எண்ணமே வாழ்வு என்ற நூலின் வாயிலாக வாழ்வு தரும் எண்ணம் சார்ந்த கருத்-துக்களை ஆராய்வதே இக்கட்டுரையின் நோக்கமாகும்.

அறிஞர் அப்துர் - ரஹீம்

பன்னூல் ஆசிரியரான அறிஞர் அப்துர் - ரஹீம் அவர்களின் எழுத்துப்பணி பரந்து விரிந்த ஒன்று. பற்பல நூல்களை எழுதிக் குவித்தவர். நற்கருத்துக்களில் தம் சிந்தனையை வைத்தவர். தம் மனக்குரலை எண்ணமே வாழ்வு என்ற நூலாக வடித்துள்ளார். இந்நூலில் இடம்பெற்றுள்ள பத்து பகுதிகளிலும் எண்ணம் சார்ந்த உலகளாவிய அரும்பெரும் கருத்துக்களும் சிந்தனைகளும் நிகழ்வுகளும் விரவிக்-கிடக்கின்றன.

எண்ணமே வாழ்வு. அவ்வெண்ணம் உருவாகும் இடமே இதயம். எனவே உள்-ளத்தைக் கொண்டே நூலைத் துவக்கி இருக்கிறார். உங்களின் உடலினுள்ளே ஓர் இறைச்சித் துண்டு உள்ளது. அது நல்லதாயின் நீங்களும் நல்லவர்களே.. அது தீயதாயின் நீங்களும் தீயவர்களே... என்ற நபிமொழியைக் கூறிப் பொருத்தமாக

ஆரம்பிக்கிறார் நூலாசிரியர்.

இதயம்

சிறு இறைச்சித் துண்டு என்று மனிதன் எண்ணிக் கொண்டிருக்கும் அந்த இதயம் ஒரு மாபெரும் உலகம். உடலின் அரசனும் அதுதான். வாழ்க்கைக் கப்பலின் சுக்கானும் அதுதான். வாழ்க்கைக் கப்பலின் நங்கூரமும் அதுதான். ஆனால் இதனை பெரும்பாலோர் அறிவதில்லை. அப்படி அறிந்தாலும் ஒழுங்காக உணர்வதில்லை. உள்ளத்தின் ஆற்றல் எவ்வளவு மகத்தானது. அதனால் ஆக்கவும் அழிக்கவும் எவ்வாறு இயலுகிறது என்பவற்றையும் அதனை எவ்வாறு பயன்படுத்தி பிணியற்ற பெருவாழ்வு வாழ்ந்து பிறருக்கு உதவி செய்வது என்பதையும் ஒரு சிலர் அறியார்கள்.

ஆக மனிதன் படிக்க வேண்டிய பாடங்கள் எல்லாம் மேலான பாடம் இதயத்தைப் பற்றியதுதான். இதை ஒருவன் திறம்பட படித்துவிட்டால் அவனால் ஆகாதது இவ்வுலகில் வேறு எதுவும் இல்லை அவன் தன் அறிவு ஆன்மா குணம் ஒழுக்கம் உடல் வாழ்க்கை ஆகிய அனைத்திலும் பெரும் புரட்சிகளைச் செய்து அரும்பெரும் சீர்திருத்தங்களைச் செய்துவிடுவான். அவனுடைய காலடியில் உலகம் பணிந்துவிடும் என்கிறார் நூலாசிரியர்.

பரிசோதனை

எண்ணம் எவ்வளவு வன்மையுடன் உடலை ஆட்சி செய்கின்றது என்பதை எண்ணிப் பார்க்கும் பொழுது எனக்கு பெரும் வியப்பு ஏற்படுகிறது என்ற கவிஞன் கதேவின் கருத்தை நூலாசிரியர் மேற்கோள் காட்டுகிறார். மனிதன் தன் இதயத்தில் எதை எண்ணுகின்றானோ அதன் பிரதிபலிப்பை அடுத்த கணமே அவன் உடலில் காணலாம். இதற்கான ஒரு பரிசோதனையையும் நூலாசிரியர் நம்முன் வைக்கிறார்.

எண்ணத்தின் கனத்தை அளவிடுவதற்கான அதாவது எண்ணமானது எவ்வளவு தூரம் உடலை பாதிக்கிறது என்பதைக் கவனிப்பதற்காகப் பல்கலைக்கழகப் பேராசிரியர் ஒருவர் ஒரு சோதனையை மேற்கொண்டார். அவர் ஒரு மாணவனை ஊஞ்சலின் இரண்டு நுனிகளும் ஒரே நிலையில் நிற்கும் வண்ணம் அதன் மீது படுக்க வைத்தார். அதன் பின் அவனிடம் சிரமமான கணக்கு ஒன்றைக் கூறி அதற்கு விடை கூறுமாறு சொன்னார். அவன் மூளைக்கு வேலை கொடுத்து அதன் காரணமாக அதிகமான ரத்தம் அவனுடைய மூளையில் பாய்ந்து அவனுடைய தலையின் கனம் அதிகரித்தது. எனவே அவனுடைய தலை பக்கம் கீழே செல்லவும் கால் பக்கம் மேலே செல்லவும் தொடங்கிவிட்டது.

சிறு கணக்குக்குத் தக்கபடி அவனுடைய தலை பக்கம் சற்று தாழவும் பெருங்கணக்குக்குத் தக்கபடி அதிகமாக தாழவும் செய்தது. இவ்வாறு அவர் ஒரு மாணவனை மட்டும் சோதித்துப் பார்க்கவில்லை. பல மாணவர்களை சோதித்துப் பார்த்தார். எத்தனை மாணவர்களை அவர் சோதித்த போதும் இதே பலன்தான்

கிடைத்தது. இப்பரிசோதனையின் மூலம் மூளையானது உடலின் மீது எவ்வளவு கடுமையாக ஆட்சி செய்கின்றது என்பதை நூலாசிரியர் நமக்கு உள்ளங்கை நெல்-லிக்கனி போல் விளக்குகிறார்.

எண்ணங்களும் குதிரையும்

எண்ணங்களே உடலை ஆட்சி செய்கின்றன என்பதற்கு பல்வேறு உதாரணங்-களை அடுக்கடுக்காய் கூறிவந்த நூலாசிரியரவர்கள் வன்மையான எண்ணங்-ளுக்கு மனிதர்கள் மட்டும் இல்லை. மிருகங்களும் பலியாகின்றன என்ற உண்-மையை முன்வைக்கிறார். மனோதத்துவக் கலையை நன்குணர்ந்த குதிரை வணிகர் ஒருவர் தம்முடைய குதிரை மீது செய்த ஆய்வு அற்புதமானது.

அவர் உடல் நலத்துடனிருந்த தம் குதிரை மீது மருந்து தடவி தட்டிக் கொடுக்-கவும் அதன் முன் வீற்றிருந்து சிணுங்கவும் செய்தார். தான் பிணியுற்றிருப்பதால் தான் தன்னுடைய எசமான் இவ்வாறெல்லாம் செய்கிறார் என்று அந்தக் குதிரை தவறாக நம்பியது. அந்தத் தவறான நம்பிக்கையின் காரணமாக அதற்கு உண்மை-யில் உடல்நலம் குன்றியது. எனவே அது எதனையும் உண்ணவோ அருந்தவோ மறுத்துவிட்டது.

அவர் தம்முடைய மற்றொரு குதிரை மீது வேறொரு ஆய்வும் நிகழ்த்தினார். இங்குமங்கும் துள்ளி விளையாடிக் கொண்டிருந்த குதிரைக் குட்டி ஒன்றைப் பிடித்து வந்து தொட்டிலில் கட்டி அதனுடைய பின்னங்கால்களில் ஒன்றைத் தாங்-கிப் பிடித்துக் கொண்டிருக்கவும் அதன்மீது மருந்து தடவி ஒத்தடமிட்டு துணி-யால் கட்டவும் செய்து அதனுடைய பின்னங்கால்களில் ஒன்று ஒடிந்து விட்டதாக அதனை நம்புமாறு செய்தார். அதன்பின் அதனை அவிழ்த்து விட்டார். அவ்வ-ளவு தான். சற்று நேரத்திற்கு முன்;பு இங்குமங்கும் ஓடி விளையாடிக் கொண்-டிருந்த அக்குதிரைக்குட்டி இப்பொழுது நொண்டி நடக்க ஆரம்பித்து விட்டது. இச்சம்பவத்தைக் கொண்டு வன்மையான எண்ணங்களினால் மிருகங்களும் பாதிக்-கப்படுகின்றன என்பதை நூலாசிரியர் புலப்படுத்துகிறார்.

கவலையும் அச்சமும்

மனிதனின் வாழ்வைப் பாழாக்கிக் கொண்டிருக்கும் இருபெரும் பிணிகள் கவலையும் அச்சமும் ஆகும். அவற்றால் அதிகமான மக்கள் தங்களின் ஒரே வாழ்க்கையை இவ்வுலகில் வாழ்வாங்கு வாழ்வது வீணாக்கிக் கொண்டுள்ளார்கள். அவர்களுடைய ஆற்றலையெல்லாம் ரசிக்கச் செய்து அவர்களின் திறமையகலலை வைத்து அவர்களை உண்மை மனிதனாக அல்லாமல் போலி மனிதர்களாக ஆக்-கிவிடுகிறது. ஒருவனின் மூளை குழப்பமடைந்து இருப்பின் அவனால் திறம்பட வேலை செய்து வாழ்க்கையில் வெற்றி பெற முடியாது. மூளை தன் முழு ஆற்-றலையும் பயன்படுத்தி பணியாற்ற வேண்டுமாயின் அது கவலை துன்பம் அச்சம் ஆகியவற்றில் இருந்து முழு விடுதலை பெற்றிருக்க வேண்டியது அவசியம் என

நூலாசிரியர் உறுதிபடக் கூறுகின்றார்

கவலையினால் தூக்கமின்மை நரம்புத்தளர்ச்சி பைத்தியம் ஆகியவையெல்லாம் ஏற்படுகின்றன. எடுத்துக்காட்டாய்... நாளை காலை நீ தூக்கிலிடப் படுவாய் என்று ஒரு சிறை அதிகாரி கைதி ஒருவனிடம் கூறினார். அதனால் ஏற்பட்ட கவலை, அச்சத்தால் கைதியின் தலைமயிர் ஒரே இரவுக்குள் வெளுத்து விட்டது. ஒவ்வொரு மனிதனும் கவலையை வெறுத்து ஒதுக்க வேண்டும். இருள் சேர்ந்த இடத்தில் விளக்கு ஒன்றை கொண்டு சென்றால் எவ்வாறு இருக்குமோ அதே போன்று நல்ல எண்ணங்களை எண்ணினால் கவலையை இருந்த இடம் தெரியா- மல் மறைந்துவிடும்.

பொறாமை

ஒரு மனிதனுக்கு நல்ல மருத்துவர் என்பது நல்ல எண்ணம் மகிழ்ச்சிகரமான எண்ணம் ஊக்கமான எண்ணம் ஆகியவை தாம். துணிச்சலும் கோழைத்தனமும் மனிதனின் இருவேறு மனநிலையைக் குறிக்கும் சொற்களே ஆகும் என்று நூலா- சிரியர் எடுத்துரைக்கிறார். போரில் வெற்றி பெறுபவன் வீரனல்ல. கோபம் வரும்- போது தன்னை அடக்கிக் கொள்பவனே வீரன் என்ற நபி மொழிக்கு ஏற்ப கோபம் வரும் பொழுது தன்னையே அடக்கி ஆளாத மனிதன் அரை மனிதன் ஆவான்.; ஒருவன் சினம் கொள்ளும் ஒவ்வொரு முறையும் அவன் உடல் மற்றும் மூளை ஆகியவை பெரும் குழப்பத்தை ஏற்படுத்தி அவன் உடலினுள் கலகம் செய்கிறது.

மேலும் சினம் பொறாமை கவலை அச்சம் ஆகியவற்றால் ஒருவன் மனம் குழப்பமடைந்து இருக்கும் நேரம் அவனுடைய உடலில் ஊரக் கூடிய சீரணநீர் நல்லதாக இருப்பதில்லை. அதில் நச்சு நீர் கலப்பதால் அது மட்ட ரகமாக உள்ள- தாகவும் மாறிவிடுகிறது. எனவே அதனால் போதிய அளவு உணவுப் பொருளைச் சரி செய்ய இயலாது போய்விடுகிறது.

சினம் உள்ளவனின் முகம் கொடூரமாகவும் பொறாமை எண்ணங்களையும் தீய எண்ணங்களையும் உடையவனின் முகம் மற்றும் உடல் வளர்ச்சி குன்றி கூனிக் குருகியும் வளைந்தும் நெளிந்தும் இருப்பதை நாம் பார்க்கலாம். நல்ல எண்- ணங்களையும் மகிழ்ச்சி எண்ணங்களையும் எண்ணிக்கொண்டு உள்ளவனின் முகம் செழிப்பாகவும் வளமாகவும் இருப்பதையும் நாம் பார்க்கலாம் எண்ணங்களே நம் உடலில் வடிவமைக்கின்றன.

தவறான எண்ணங்களை திரும்பத் திரும்ப நினைப்பதனால் அவை நம்மை பாதிக்கின்றன அவனுடைய குருட்டுத்தனமான நம்பிக்கைகளும் பழக்க வழக்கங்- களும் எந்த அளவு அவருடைய உடல் உயிர் ஆகியவற்றைப் பாதிக்கின்றன என்பதைப் பெரும்பாலான மக்கள் உணர்வதில்லை. என் தந்தை அவரின் தந்தை ஐம்பது வயதுகளில் இறந்து விட்டனர். ஆகவே நானும் ஐம்பது வயதில் இறந்து விடுவேன் என்று ஒருவன் சதாவும் நினைத்துக்கொண்டே இருந்தால் அவனுக்கு

ஐம்பது வயதில் மரணம் வந்து விடுகிறது.

மாறாக ஒரு இளைஞனைப் பார்த்து மக்கள் உங்களுக்கு வயதாகிவிட்டது. முகத்தில் சுருக்கங்கள் வருகின்றன. முடியெல்லாம் நரைத்து வருகிறது என்று கூறிய பொழுது, அந்த இளைஞன் கூறுகிறான். நான் இளைஞன் இளமை இரத்-தம் என்னுடைய உடலில் ஒடுகிறது. என்னுடைய உடல் தெம்பாக உள்ளது. என்னால் எச்செயலையும் ஆற்ற இயலும். அவ்விளைஞன் நல்லெண்ணத்தைத் திரும்பத் திரும்ப நினைக்கும் பொழுது அவன் உடல் அவனை அறியாமலேயே இளமையை அடைகிறது.

காந்தியும் நேருவும்

இதற்கு காந்தியடிகள் பண்டித நேரு ஆகிய இருவரின் வாழ்க்கையும் சிறந்த சான்றுகளாகும். மகாத்மா அவர்கள் வாழ்நாளில் ஐம்பது வயதைத் தாண்டியதும் முதியவர் என்று கருதத் தொடங்கி விட்டார். எனவே மக்களும் அவரை அப்-பொழுதே காந்தி தாத்தா என்று அழைக்கத் தொடங்கிவிட்டார்கள். அவரும் அப்-பொழுது பல் எல்லாம் விழப்பெற்று பொக்கை வாயில் புன்னகை மிளிரக் காட்சி தந்தார்.

ஆனால் பண்டித நேருவோ தம்முடைய வாழ்க்கைப் பாதையில் எழுபத்து மூன்றாவது மைல்கல்லை நோக்கிச் சென்று கொண்டிருக்கும் பொழுது கூட தம்மை இளைஞர் என்று கருதிக் கொண்டார். தன்னுடைய பிறந்தநாளை மக்கள் கொண்-டாடுவதைக் கூட வெறுத்தார். அவ்விதம் செய்வது; தமக்கு தம்முடைய வயதை நினைவுறுத்தி கிழவனாக்க முயல்வதாக இருக்கும் என்று வருந்தினார்.

எண்ணம் என்பது எங்கிருந்து உற்பத்தியாகிறது என்பது குறித்தக் கருத்துக்-களை நூலாசிரியர் ஆராய்ந்திருக்கிறார். எண்ணம் எந்த இடத்திலிருந்து உற்பத்-தியாகிறது என்பது பற்றிப் பலர் பலவிதமாக கூறுகின்றார்கள். அது தலையின் பின்புறத்தில் இருந்து உற்பத்தி ஆகிறது என்று ஒரு சாரார் கூறுவர். அது அடி-வயிற்றிலிருந்து உற்பத்தி ஆகிறது என்று மறு சாரார் கூறுவர்.

ஆனால் அது இதயத்தில் இருந்து உற்பத்தியாகிறது என்பதே பெரும்பாலா-னவர்களின் கொள்கை. இதனையே 1400 ஆண்டுகளுக்கு முன்பு தோன்றிய நபி பெருமானாரின் வாக்கும் உண்மைப்படுத்துகிறது. மனிதனின் உள்ளத்தில் உற்-பத்தியாகும் எண்ணங்கள் முதலில் உருவமற்ற பொருட்களாகவே இருக்கின்றன. பின்னர் அவை செயல் உருவில் ஆகும் பொழுது உருவமுள்ள பொருள்களாக ஆகிவிடுகின்றன. அவன் கட்டும் மனக்கோட்டைகள் கோட்டைகளாக மாறிவிடு-கின்றன. அவன் காணும் கனவுகள் நனவாகின்றன. எண்ணம் காந்த ஆற்றலை உடையது. ஒருவனுடைய எண்ணமானது தனக்கு உகந்த மனிதர்கள் பொருள்கள் சூழ்நிலைகள் ஆகியவற்றை தன்பால் இழுத்து நிற்கும் ஆற்றல் பெற்றதாக அவற்-றின்பால் இழுபட்டுச் செல்லும் இயல்புள்ளதாகவோ இருக்கிறது.

உள்ளத்தில் தோன்றும் ஒவ்வோர் எண்ணமும் தன் இனத்தைச் சேர்ந்த மனி-தர்கள் பொருள்கள் சூழ்நிலைகள் ஆகியவற்றைத் தேடி வருகின்றன. காகங்கள் தங்கள் இனத்துடன் சேர்ந்து திரிவதும் காடைகள் தங்கள் இனத்துடன் சேர்ந்து திரிவதும் இதற்கு நல்ல சான்றுகள் ஆகும். ஒருபோதும் காகம் காடையுடன் சேரவோ அல்லது காடை காகத்துடன் சேரவோ செய்யாது.

எண்ணத்தின் வெளிப்பாடு

ஒரு செயலை முடித்துத்தர இன்னார் இருந்தால் நன்றாக இருக்குமே என்று நாம் எண்ணுவோம். அவரே அடுத்த கணம் நம் முன் வந்து நின்றால் அவரைப் பார்த்துத் தங்களுக்கு நூறு வயது. இப்போது தான் உங்களைப் பற்றி எண்ணி-னேன். அதற்குள் தாங்கள் வந்துவிட்டீர்கள் என்று நாம் வியப்புடன் கூறுவோம். இதுவும் ஒருவகை எண்ணத்தின் வெளிப்பாடே ஆகும்.

வெள்ளத்தனையமலர்நீட்டம்மாந்தர்தம்

உள்ளத்தனையதுயர்வு ... என்றும்

உள்ளுவதெல்லாம்உயர்வுள்ளல்மற்றது

தள்ளினும்தள்ளாமைநீத்து....

என்றும் கூறிய வள்ளுவப் பெருந்தகை குறட்பாக்களைச் சான்றாக்கினார். பெரிய மனிதன் போன்று எண்ணிச்; செயலாற்றுபவர்கள். நாளடைவில் பெரிய மனிதர்களாகி விடுகிறார்கள் என்ற கருத்தை உண்மைப்படுத்துகிறார்.

வாழ்க்கையில் வெற்றி பெறுவதற்கு வெற்றி பெற வேண்டும் என்ற ஆசை மட்-டும் இருந்தால் போதும் என்று சிலர் எண்ணிக் கொண்டுள்ளார்கள். அவர்களின் அந்த எண்ணம் தவறானது என்பதை நூலாசிரியர் உறுதிபடக் கூறுகிறார். இவ்-வாறு உருகுவதற்கு நம் வீட்டின் அடுப்பு நெருப்பில் இயலாதோ அதற்கு கொல்-லனின் உலையில் உள்ள தகிக்கும் தீயே தேவைப்படுமோ அதுபோல் நம்மால் வெற்றியை எடுத்து வருவதற்கு வெறும் போலி ஆசையால் மட்டும் இயலாது என்-கிறார்

மனிதனின் மனத்தை இரண்டு வகையாகப் பிரித்து விவரிக்கிறார் நூலாசிரியர். உள்மனம் என்றும் வெளிமனம் என்றும் இரண்டு வகையாகப் பிரிக்கலாம். உள்-மனம் ஒன்றை எண்ணிக் கொண்டிருக்கும் பொழுது வெளிமனம் வேறு ஏதாவது ஒன்றை எண்ணிக் கொண்டிருந்தாலும் அந்த உள்மன எண்ணம் உருவாகி தலைக்-குத் தேவையான பொருள்களையும் சூழ்நிலைகளையும் மனிதர்களையும் தன்பால் இழுத்து நின்று வெற்றி பெற்று விடுமா என்ற கேள்வி நமக்கு எழுகிறது?

எந்த எண்ணம் நம்முடைய உள் மனத்தைத் தொடுகிறதோ, எந்த எண்ணம் நம்முடைய உள் மனத்தை தன்பால் கவர்ந்து நிற்கிறதோ, எந்த எண்ணத்தை நம்-முடைய உள் மனமும் முற்றிலும் நம்பி திரும்பத் திரும்ப நினைக்கிறதோ அந்த எண்ணம் உருப்பெறுமே அன்றி வெளி மனத்தால் மட்டும் எண்ணப்படும் எண்-

ணங்களால் அதை எத்தனை கோடி முறை திரும்பத் திரும்ப எண்ணப்பட்ட போதி-
லும் சரி ஒரு செயலும் உருவாகாது என நூலாசிரியர் ஆய்ந்து கூறுகிறார்.

முடிவுரை

மேற்காண் பல்வேறு சான்றுகளின் வாயிலாக நூலாசிரியர் அறிஞர் அப்துல்
ரஹீம் அவர்கள் தம்முடைய எண்ணமே வாழ்வு என்ற நூலில் எண்ணம் சார்ந்த
மிக அதிகமான கருத்துக்களையும் தத்துவங்களையும் நிகழ்ச்சிகளையும் வரலாறு-
களையும் ஆய்வுகளையும் விளக்கிக் கூறியிருக்கிறார் என்பது தெளிவாக எடுத்து-
ரைக்கப்பட்டுள்ளது.

5

என் பார்வையில் சிதைந்த பிம்பம் (நாடகம்)

பொய்யாகக் கட்டமைக்கப்பட்டு புகழ்ச்சி பெறும் ஒரு பிம்பம் சிதைந்து போவதே இந்நாடகத்தின் ஒரு வரிக் கதை. இந்நாடகத்தைக் கன்னட எழுத்தாளர் கிரீஷ் கார்னாட் மிகச் சிறப்பாகப் படைத்துள்ளார். கடந்த ஐம்பதாண்டுகளுக்கும் மேலாக நவீன கன்னட நாடக உலகில் ஊக்கத்துடன் இடைவிடாமல் இயங்கிவரும் ஆளுமைகளில் முக்கியமானவர் கிரீஷ் கார்னாட். வரலாறு, தொன்மம், சமூகம் எனப் பல்வேறு பின்னணிகள் சார்ந்து கன்னட மொழியில் பதினைந்துக்கும் மேற்-பட்ட நாடகப்பிரதிகளை உருவாக்கி அளித்துள்ளார். அவை தமிழ், மலையாளம், இந்தி, மராத்தி, வங்காளம் எனப் பல மொழிகளில் மொழிபெயர்க்கப்பட்டுள்ளன.

இந்தியாவின் மிக முக்கியமான நாடக இயக்குநர்கள் எனப் புகழ்பெற்ற இப்-ராஹிம் அல்காசி, பி.வி. காரந்த், பிரசன்னா, அரவிந்த கெளர், விஜய் மேத்தா, சியாமானந்த ஜலன், ஜாபர் மொகிதீன் போன்றவர்களால் கிரீஷ் கார்னாடின் நாட-கங்கள் இந்தியாவெங்கும் மேடையேற்றப்பட்டிருக்கின்றன. இந்தியாவின் முக்கிய-மான இலக்கிய விருதுகளில் ஒன்றான ஞானபீட விருது 1998ஆம் ஆண்டில் கிரீஷ் கார்னாடுக்கு வழங்கப்பட்டது. பத்மஸ்ரீ, பத்மபூஷன் விருதுகளையும் இவர் பெற்றிருக்கிறார். தனித்துவம் வாய்ந்த தன் திறமையால் மிகச்சிறந்த திரைப்பட இயக்குநராகவும் குணச்சித்திர நடிகராகவும் கிரீஷ் கார்னாட் நாடறிந்த ஆளுமை-களில் ஒருவராக விளங்குகிறார்.

பாவண்ணன்

இந்நாடகத்தை தமிழில் மொழிபெயர்த்தவர் பாவண்ணன் அவர்கள். இவர் நவீன தமிழ்ச்சிறுகதைப் படைப்பாளிகளின் வரிசையில் முக்கியமானவர். இயற்பெயர் ப.பாஸ்கரன். பதினேழு சிறுகதைத்தொகுதிகளும் மூன்று நாவல்களும் இரு குறுநாவல்களும் மூன்று கவிதைத்தொகுதிகளும் இருபது கட்டுரைத்தொகுதிகளும் ஐந்து குழந்தைப்பாடல் தொகுதிகளும் சிறுவர் கதைத்தொகுதியொன்றும் இவருடைய சொந்தப் படைப்புகள். ஐந்து நாவல்கள், ஒன்பது நாடகங்கள், இரண்டு தலித் சுயசரிதைகள், ஒரு சிறுகதைத்தொகுதி, கன்னட தலித் எழுத்துகளைப்பற்றிய அறிமுக நூல், நவீன கன்னட இலக்கிய முயற்சிகளை அடையாளப்படுத்தும் இரண்டு தொகைநூல்கள் என எண்ணற்ற படைப்புகளைக் கன்னட மொழியிலிருந்து தமிழில் மொழிபெயர்த்துள்ளார்.

1995இல் வெளிவந்த 'பாய்மரக் கப்பல்' என்னும் நாவலுக்கு இலக்கியச்சிந்தனைப் பரிசும் 'பயணம்' என்னும் சிறுகதைக்கு 1996இல் கதா விருதும், 'பருவம்' என்னும் கன்னட நாவலை மொழிபெயர்த்தமைக்காக 2005இல் சாகித்திய அகாதெமி விருதும் பெற்றவர். 2018இல் இந்திய அமெரிக்க வாசகர் வட்டம் இவருக்கு வாழ்நாள் சாதனையாளர் விருதளித்துக் கௌரவித்தது.

கதைச்சுருக்கம்

இந்நாடகத்தை மிகச் சுருக்கமாக ஒரு பத்தியில் பின்வருமாறும் கூறலாம். பேரும் பெருமையும் மனிதர்களின் ஆழ்மனத்தில் உறங்கும் விருப்பங்கள். ஒருசிலர் அவற்றை நேர்மையான உழைப்பின் வழியாக அடைந்து மகிழ்கிறார்கள். அதே நேரத்தில் உழைப்புச் சோம்பேறிகளும் ஊக்கமற்றவர்களும் அவற்றைக் குறுக்குவழியில் அடைந்து முன்வரிசைக்கு வந்து நின்றுவிடுகிறார்கள். சமூகத்தில் அவர்களுடைய பிம்பங்கள் நாள்தோறும் ஊதிப் பெருக்கப்படுகின்றன. என்றேனும் ஒருநாள் மனசாட்சி கேள்விக் கணைகளைத் தொடுக்கும் தருணத்தில் அவர்களுடைய பிம்பங்கள் சிதைந்து மண்ணோடு மண்ணாகிப் போகின்றன. மாபெரும் நாவலொன்றை ஆங்கிலத்தில் எழுதி வெற்றியும் புகழும் பெற்றவளாக உலகத்தாரால் பாராட்டப்படும் மஞ்சுளா நாயக்கை நோக்கி அவளுடைய மனசாட்சி எழுப்பும் தீவிரமான கேள்விகள் வழியாகவும் அவள் வழங்கும் பதில்கள் வழியாகவும் விரிவடைகிறது நாடகம். ஒரு கட்டத்தில் நெருப்புப் பிடித்த கூரை சரிந்துவிழுவதுபோல மஞ்சுளா நாயக்கின் பிம்பமும் பெருமையும் சிதைந்து சரிகிறது. அக்காட்சியை அருமையான நாடகத்தருணமாக மாற்றியுள்ளார் கிரீஷ் கார்னாட்.

கதையின் நாயகி.

இந்நாடகத்தின் கதையை மேலும் சற்று நாம் விவரித்துப் பார்ப்போம். மஞ்சுளா நாயக் என்ற பெண்மணிதான் இக்கதையின் நாயகி. தன் பெற்றோர் மற்றும் தங்கை மாலினி யுடன் தார்வாட் என்ற கிராமத்தில் இளம் பருவம் முதலே வசித்து வருகிறாள். தங்கை மாலினி பிறக்கும்போது மெனிங்கோமைலோசிஸ் என்ற நோயால்

பாதிக்கப்பட்டு இருந்தாள். அதாவது இடுப்புக்குக் கீழே உள்ள நரம்பு மண்டலம் முழுவதும் செயலற்று போய்விட்டது. அடுத்தடுத்துப் பல அறுவை சிகிச்சைகள் செய்து அவள் வாழ்வே நரகமாகிவிட்டது. வாழ்க்கை முழுவதும் சக்கர நாற்காலியிலேயே கழிந்து போனது. இளம் வயதிலேயே மஞ்சுளாவை அவளின் தாத்தாவிடம் தார்வாட்டில் விட்டுவிட்டு பெங்களூர் கோரமங்களாவில் ஒரு வீட்டை அவளின் பெற்றோர் வாங்கினர்.

அவ்வீட்டில் வைத்தே மாலினியின் மருத்துவத் தேவைகளைப் பூர்த்தி செய்தனர். வீட்டுக்கே வந்து மாலினிக்குப் பாடம் கற்றுக்கொடுக்க ஆசிரியர்களையும் ஏற்பாடு செய்தனர். தனக்குக் கிடைத்ததையெல்லாம் படித்து புரிந்து கொண்டாள்; அதி புத்திசாலியான மாலினி. தனக்குக் கிடைக்காத அன்பும் ஆதரவும் அரவணைப்பும் தங்கை மாலினிக்குக் கிடைப்பதை தாத்தா வீட்டில் இருந்த மஞ்சுளாவால் ஏற்றுக்கொள்ள முடியவில்லை. வயது ஏறஏற அவளுக்குள் ஒரு பொறாமைத் தீ எரிய ஆரம்பித்தது. மஞ்சுளா படிப்பை முடித்தவுடன் பெங்களூருவில் உள்ள கல்லூரியில் ஆங்கில ஆசிரியர் வேலை கிடைத்தது. பணியில் இணைந்த உடன் தன் குடும்பத்துடன் சேர்ந்து விட்டாள். ஆறுமாதம் கடப்பதற்குள் பிரமோத்குமாரின் அறிமுகம் பிறகு திருமணம் ஜெய நகரில் சொந்த வீடு தனிக்குடித்தனம் என மஞ்சுளாவின் வாழ்க்கை முற்றிலுமாக மாறிப் போனது.

பெற்றோர் மறைவு

ஆறு ஆண்டுகளுக்கு முன்னால் மஞ்சுளாவுடைய அம்மாவும் அப்பாவும் இறந்து விட்டார்கள். கோரமங்களாவில் தனியாக இருந்த மாலினியை ஜெயநகரில் உள்ள தம் வீட்டுக்கு அழைத்து வந்துவிட்டாள் மஞ்சுளா நாயக். கடந்த ஐந்தாறு ஆண்டுகளாக மாலினியை ஆதரித்துக் காப்பாற்றி வந்தாள். கடைசிகட்ட ஒன்றரை ஆண்டுகாலம் மாலினியின் ஆரோக்கியம் முற்றிலும் குன்றிப் போய் இருந்தது. அவள் அதிக காலம் வாழ மாட்டாள் என்பது மஞ்சுளாவுக்கும் தெரியும். ஆனாலும் தனக்கு குழந்தைகள் இல்லாததால் தங்கையைத் தன் குழந்தையாகவே நினைத்துக் கவனித்து வந்தாள்.

கணவன் பிரமோத்குமாருக்கு வீட்டில் இருந்தபடியே கணினியில் வேலை. சதாவும் தன் வேலையிலேயே மூழ்கி இருப்பான். மஞ்சுளாவின் மீது அவனுக்கு அதிகப்படியான ஆர்வம் ஏதும் இல்லை. ஆனால் பிரமோத்குமார் என்றாலே மாலினிக்கு உயிர். அவனுக்கும் அவள் மீது ஒரு அன்பு ஒரு பரிதாபம் இருந்தது. மாலினியின் உலகில் ஆண் நடமாட்டத்திற்கு இடமே இல்லை. வீட்டுக்குள் அப்பா மட்டுமே ஒரே ஆண். அது தவிர எப்போதாவது வந்து செல்கின்ற சில ஆண் ஆசிரியர்கள். இவர்களைத் தவிர மற்றபடி எல்லோரும் பெண்கள் தான். பிரமோத்குமார் அவளுடைய வாழ்க்கையில் திடீரென்று நுழைந்த ஆள். அவளின் உள்ளத்தை ஆக்கிரமித்தபடி உட்கார்ந்து விட்டான்.

நல்ல நண்பர்கள்

மஞ்சுளா நாயக் கல்லூரிக்குச் சென்றுவிட பிரமோத்குமாரும் மாலினியும் ஒரு-வருக்கொருவர் நல்ல பேச்சுத் துணை நண்பர்களாகினர். மாலினியைப் பார்த்தால் ஒரு நோயாளியைப் போல தெரியாது. அவ்வளவு சுறுசுறுப்பு. ஓயாமல் பேசிக்-கொண்டே இருப்பாள். பிரமோத்தும் ஏதாவது ஒரு ஜோக் சொல்லிக் கொண்டே இருப்பான். இருவரும் ஆறு ஆண்டுகளாகப் பேசிக்கொண்டே இருந்தார்கள். ஒரு-நாள் மஞ்சுளா நாயக் மதிய நேரத்தில் திடிரென வீட்டினுள் நுழைய வீட்டுக்குள் சண்டை நடந்து கொண்டிருந்தது. அது கணவன் மனைவி இடையே நடக்கும் சண்டை போல இருந்தது. ஆனால் தலைப்பு தான் வேறு. மனித குல வளர்ச்சிக்கு எது நன்மை.. எது தீமை என்ற தலைப்பில் அவன் கணிப்பொறிக்கு ஆதரவாகப் பேசிக்கொண்டிருந்தான்

சந்தேகம்

இவளைக் கண்டவுடன் இருவரும் அதிர்ச்சி அடைந்து விட்டனர். சட்டென்று மாலினி தான் சுதாரித்து அக்கா உன் கருத்தைக் கூறு என சகஜமாக பேச ஆரம்-பித்துவிட்டாள். பிரமோத்குமார் மாலினியிடம் நெருங்க நெருங்க மஞ்சுளாவை விட்டு விலகி விலகிப் போக ஆரம்பித்தான். அவ்வப்போது மாலினி எதையோ ஒன்றை தன் லேப்டாப்பில் எழுதி வைத்துக் கொண்டிருந்தாள். மஞ்சுளா சில சமயங்களில் அதனைப் பார்த்திருந்தாலும் அவ்வளவாக கண்டுகொள்ளவில்லை. நாட்கள் செல்லச் செல்ல மாலினியின் உடல் மேலும் மோசமடைய ஆரம்பித்-தது. அப்போது அமெரிக்கன் சாஃப்ட்வேரிலிருந்து ஒரு பெரிய வேலைக்கான வாய்ப்பு வந்தது. அச்செய்தியைக் கேட்டு மாலினி வெளியே சிரித்தாலும் மனதுக்-குள் கவலையோடு இருந்தாள்

மாலினியின் இறப்பு

அவள் இன்னும் அதிக காலம் உயிரோடு இருக்க மாட்டாள் என்பதை தெரிந்து பிரமோத்குமார் அவளுக்காகவே அவ்வேலைவாய்ப்பைத் தள்ளித் தள்ளிப் போட்டு வந்தான். ஒரு கட்டத்தில் நோய் அதிகமாகி மாலினி இறந்துவிட்டாள். அவளின் இறப்பு மஞ்சுளாவை விட பிரமோத்குமாரை அதிகம் பாதித்தது. அவன் மிகவும் தனிமைக்குள்ளானான். மாலினி இல்லாத வெறுமையை அவ்வீட்டில் எளிதாக உணர முடிந்தது. மாலினி இறந்த பிறகு அவளின் பெட்டியைத் திறந்து பார்த்தாள் மஞ்சுளா. சில வங்கிக் காகிதங்களைத் தவிர வேறு எதுவும் இல்லை. உடனே ஓடிச்சென்று பிரமோத்குமாரின் மேசையைப் பார்த்தாள்.

அங்கு ஆங்கிலத்தில் எழுதப்பட்ட தி ரிவர் ஹேஸ் நோ மெமரீஸ்.. என்ற வெளியிடப்படாத நாவலின் அனைத்து பக்கங்களும் அழகாக பிரதி எடுத்து அடுக்கி வைக்கப்பட்டிருந்தது. அதைப் பொறுமையாக முழுமையாக வாசித்த மஞ்-சுளா நாயக் திகைத்துப் போனாள். பொறாமை ஊட்டுகின்ற வகையில் அமைந்த

எழுத்து. உயர்ந்த தரத்தில் உள்ள படைப்பு. அதில் உயிரோட்டம் இருந்தது. உடனே மஞ்சுளா அதை தான் எழுதிய நாவலாக மாற்றி பிரிட்டன் முகவருக்கு அனுப்பி வைத்தாள். இதனை அறிந்த பிரமோத்குமார் கடுமையாக மஞ்சுளாவிடம் சண்டையிட்டான். பிறகு ஒரேயடியாக பிரிந்து வெளிநாடு சென்று விட்டான். மஞ்சுளாவுக்கு பெரிய ஆச்சரியம் காத்திருந்தது. பிரிட்டன் பதிப்பாசிரியர் மிகப் பெரிய தொகையை முன்பணமாக அனுப்பியிருந்தார். அதற்குப் பிறகு புத்தகம் வெளியானது. இங்கிலாந்து அமெரிக்கா ஐரோப்பா போன்ற நாடுகளில் ஏராளமான பிரதிகள் விற்றுத் தீர்ந்தது. பெஸ்ட் செல்லர் என்ற பெயரையும் பெற்றது.

விருதும் பாராட்டும்

அந்நாவலினால் மஞ்சுளா நாயக் மிக விரைவில் கோடிஸ்வரி ஆகி விட்டாள். கல்லூரிப் பணியை விட்டுவிட்டு முழுநேர எழுத்தாளராகி விட்டாள். பேர், புகழ், செல்வம் என மகிழ்ச்சியில் திண்டாடிப் போனாள். விருது வழங்கும் விழாக்கள் பொது மக்கள் பாராட்டு விழாக்கள் விவாதம் சொற்பொழிவு என மஞ்சுளா நாயக்கின் வாழ்க்கை பரபரப்பானது. ஆனால் எந்தவொரு இடத்திலும் இது என் தங்கையுடைய நாவல். நான் எழுதியது அல்ல என்பதை மஞ்சுளா நாயக் வெளிப்படுத்தவே இல்லை. இந்நிலையில் ஒரு தொலைக்காட்சிப் படப்பிடிப்பில் மஞ்சுளா நாயக் கலந்து கொள்கிறாள். இரண்டு கேள்விகள் கேட்கப்படுகின்றன. ஒன்று நீங்கள் கன்னட மொழியிலிருந்து ஆங்கில மொழியில் நாவல் எழுதியது ஏன்? இரண்டு ஆரோக்கியமான நீங்கள் மரணப்படுக்கையில் உள்ள ஒரு நாயகியை எப்படி தத்ரூபமாக சித்தரிக்க முடியும்?

மனசாட்சி

இரண்டு கேள்விகளுக்கும் லாவகமாக அழகாக பதில் சொல்லி முடித்தாள் மஞ்சுளா நாயக். சொல்லி முடித்த பொழுது திடிரென்று அவளின் மனசாட்சி ஒரு உருவமாக மாறி திரையில் தோன்றி கேள்வி கேட்க ஆரம்பித்துவிட்டது. அவ்வுருவம் கேட்கும் கேள்விகளுக்கு பதில் கூற முடியாமல் மஞ்சுளா நாயக் திணறுகிறாள். தான் நாவலை எழுதவில்லை என்ற செய்தி வெளியே தெரிந்தால் தன்னுடைய புகழ்பெற்ற பிம்பம் உடைந்து விடும் என அஞ்சுகிறாள். அவளின் மனசாட்சியே அவளை உலுக்குகிறது. இறுதியில் அவ்வுருவம் பேசுகிறது. நான் ஆங்கில நாவலாசிரியர் மாலினி நாயக். என் தங்கா கன்னடச்சின் சிறுகதை எழுத்தாளரான மஞ்சுளா நாயக். அவள் என் நாவலை படித்ததுமே அழிந்துபோய் நானாக புதிய அவதாரம் எடுத்தாள். ரத்தம், மை, மொழி என எங்களுக்கிடையில் இருந்த பேதங்கள் எல்லாம் மறைந்து போக அவள் என்னுள் கலந்து விட்டாள்.

முடிவுரை

மேடையின் பின் பகுதியில் வைக்கப்பட்டிருந்த தொலைக்காட்சித் திரையில் மஞ்சுளாவின் வெவ்வேறு முகங்கள் தோன்றுகின்றன. அவையெல்லாம் உரையா-

டத் தொடங்குகின்றன. அவற்றின் உதடுகள் அசைந்தாலும் ஓசை வெளிப்படுவ-
தில்லை.

முக்கியத் திரையில் காணப்படுகின்ற மாலினியின் உருவம் தன் உரையை
துவங்குகிறது. இனிமேல் நான் மஞ்சுளா நாயக்காக இருந்தபடியே என் வாழ்க்-
கையைத் தொடர வேண்டிய சூழலில் இருக்கிறேன்….… அங்கிருக்கும் அனைத்து
தொலைக்காட்சிகளிலும் எல்லா உருவங்களும் ஒரே நேரத்தில் பேசத் தொடங்கு-
கின்றன.

சில கன்னடத்தில் பேசுகின்றன. எஞ்சியவை ஆங்கிலத்தில் பேசுகின்றன. எந்த
உருவம் என்ன பேசுகிறது என்பது தெளிவாகத் தெரியாத அளவுக்கு ஒரே இரைச்-
சல். இப்படியே கொஞ்சம் நேரம் நீடிக்கிறது. அதற்குப் பிறகு ஒன்றையெடுத்து ஒன்-
றாக உருவங்கள் அணைந்து போகின்றன. மேடை இருளில் மூழ்குகிறது என்பதாக
நாடக ஆசிரியர் இந்நாடகத்தை நிறைவு செய்கிறார்.…

6

நற்றிணையும் நெல்லும்

ஆய்வுச்சுருக்கம்

சங்க கால மக்களுக்கும் நெல்லுக்கும் உள்ள தொடர்பை நற்றிணை வாயிலாக ஆராயப்பட்டுள்ளது. நற்றிணையில் நெல் குறித்து வரும் பாடல்களும், அவற்றைப் பாடிய புலவர்களும், அவர்தம் திணைகளும் விவரிக்கப்பட்டுள்ளன. நெல்லைக் குறிக்கும் பல்வேறு பதங்களும், நெல்லைக் குறிப்பிட்டதன் பின்னணியும், நெல்லின் வகைகளையும், மாண்புகளையும், பெருமைகளையும், மண்ணின் வளங்களையும் விரிவாக ஆராய்ந்து கூறப்பட்டுள்ளன.

கலைச்சொற்கள்

நற்றிணை, நெல், செந்நெல், வெண்ணெல், அரிசி, உணவு, எட்டுத்தொகை, பத்துப்பாட்டு, சங்க இலக்கியம், நெற்பயிர், புலவர், பத்தாயம், குதிர், நெற்களஞ்-சியம், உப்பு.

முன்னுரை

செம்மொழியாம் தமிழ் மொழியில் தலை சிறந்த இலக்கியங்களாகத் திகழ்பவை சங்க இலக்கியங்களான எட்டுத்தொகையும், பத்துப்பாட்டும் ஆகும். இவை சங்க-கால மக்களின் வாழ்க்கையைக் காட்டும் காலக் கண்ணாடியாக விளங்குகின்றன. அம்மக்களின் வாழ்வில் இரண்டறக் கலந்த மரம், செடி, கொடி, தானியம் என அனைத்தையும் சங்க காலப் புலவர்கள் தத்தம் பாடல்களில் பாடியுள்ளனர்.

மேலும் தன்னைச் சுற்றியுள்ள அனைத்து அஃறிணைக் கூறுகளையும் உற்று நோக்குபவனாகவும், அதனை மதிக்கக்கூடியவனாகவும் திகழ்ந்தவன் சங்க காலத் தமிழன். இவ்வகையில் சங்க கால மக்களுக்கும் நெல்லுக்கும் இருந்த தொடர்பை நற்றிணை வாயிலாக ஆராய்வதே இக்கட்டுரையின் நோக்கமாகும்.

நற்றிணை

சங்க இலக்கியங்களில் உள்ள எட்டுத்தொகை நூல்களுள் முதலாவதாக அமையும் சிறப்புப் பெற்றது நற்றிணை ஆகும். இதனை,

நற்றிணைநல்லகுறுந்தொகைஐங்குறுநூறு

ஒத்தபதிற்றுப்பத்துஓங்குபரிபாடல்

கற்றறிந்தார்ஏத்தும்கலியோடுஅகம்புறம்என்று

இத்திறத்தஎட்டுத்தொகை.... என்ற பாடல் உணர்த்துகின்றது.

நற்றிணை என்பது நல்+திணை ஆகும். நாம் வாழ்வில் கடைபிடிக்க வேண்டிய ஒழுக்கலாறுகளை விளக்கிக் கூறுவது நற்றிணையாம். இது அகம் பற்றிய செய்திகளைக் கூறுகின்றது. அரசராகவும் புலவராகவும் இருந்த பன்னாடு தந்த பாண்டியன் மாறன் வழுதி என்பவர் நற்றிணைப் பாடல்களைத் தொகுக்கச் செய்தார். 192 புலவர்களால் பாடப்பெற்றது நற்றிணை என ச. வே. சுப்பிரமணியன் கூறுகிறார். ஏழு அடி முதல் பதிமூன்று அடி வரை உள்ள 399 பாடல்களால் ஆனது நற்றிணை ஆகும்.

நெல்

நெல் என்பது புல் வகையைச் சேர்ந்த ஒரு தாவரமாகும். ஈரநிலங்களில் வளரக்கூடிய இது தெற்காசியாவில் தோன்றியது. சராசரியாக ஐந்து மாதங்கள் வரை வளரக் கூடிய நெற்பயிர் ஓராண்டுத் தாவரமாகும். இப்பயிரின் உமி என்ற மேல் உறையை நீக்கியபின் கிடைக்கும் விதை அரிசி என அழைக்கப்படுகின்றது.

உலகில் முதன்முதலாக ஆசிய நெல் (Orissa sativa) ஆப்பிரிக்க நெல் (Orissa glaberrima)என இரு இன நெற்பயிர்கள் பயிரிடப்பட்டன. ஆசியாவில் நெல் சாகுபடி கி.மு 4500 க்கு முன்பாகவே துவங்கியதாக கருதப்படுகிறது. இந்தியாவில் அவ்வையார் மற்றும் பல பழம்பெரும் புலவர்கள் பாடிய நெல் மற்றும் அரிசி பற்றிய பாடல்கள் பல உள்ளன. நெல் விளையும் பகுதிகளில் நெல் நடுதல், அறுவடை போன்ற காலத்தையொட்டி பண்டிகைகளும் கொண்டாடப்படுகின்றன. சீனாவில் விவசாயம், நெல் ஆகிய இரண்டையும் குறிக்கும் சொல் ஒன்றே ஆகும். (https://ta.m.wikipedia.org/wiki/நெல்)

உலகில் பெரும்பாலான மக்களின் அன்றாட உணவாகத் திகழும் தானியம் அரிசியே ஆகும். கோதுமைக்கும், சோளத்திற்கும் அடுத்ததாக உலகில் அதிகமாகப் பயிரிடப்படுவது நெல்லே ஆகும். உலக அளவில் அரிசி உற்பத்தியில் இந்தியா இரண்டாவது இடம் வகிக்கின்றது. குறிப்பாகத் தமிழ்நாட்டில் தஞ்சாவூர், திருவாரூர், நாகப்பட்டினம், ஆரணி ஆகிய பகுதிகளில் நெல் அதிக அளவில் பயிரிடப்படுகின்றது.இந்தியாவில் இரண்டு இலட்சத்திற்கும் மேற்பட்ட நெல் வகைகள் இருந்துள்ளதாக அறியப்படுகின்றது. (பசுமைப் புரட்சியின் கதை, சங்கீதா ஸ்ரீராம், ப.50,). தமிழகத்தின் பாரம்பரிய நெல் வகைகளின் பட்டியலில் சீரகச் சம்பா, வாசனை சீரகச்சம்பா, கிச்சடிச் சம்பா, வாடன் சம்பா, மாப்பிள்ளைச் சம்பா

போன்றவைகளும் அடங்கும். வேதாரண்யம் அருகே 1250 பாரம்பரியமிக்க நெல் ரகங்களை மீட்டெடுத்து சாகுபடி செய்த சிவரஞ்சனி என்ற பொறியியல் பட்டதாரி-யைப் பற்றிய செய்தி தினகரன் திருச்சி பதிப்பில் வெளியானது கவனிக்கத்தக்கது. (தினகரன் நாளிதழ், திருச்சி பதிப்பு, ப.3. நாள் 21.01.2022)

நெல் என்னும் சொல்லானது நேரடியாக 45 இடங்களில் சங்க இலக்கியப் பாடல்களில் பயன்படுத்தப்பட்டுள்ளது. நெல்லின் புனிதத் தன்மை மற்றும் அதன் உயர்ந்த மதிப்பு முதலான பொருள்களிலும் பல பாடல்களில் பயன்படுத்தப்பட்-டுள்ளது. குறிப்பாக நற்றிணையில் 15 பாடல்களில் நெல் பற்றிய குறிப்புகள் காணக் கிடைக்கின்றன. வெண்ணெல் என்ற பதம் நான்கு இடங்களிலும் செந்நெல் என்ற வார்த்தை மூன்று இடங்களிலும் வெள்அரிசி என்ற பதம் ஒரு இடத்திலும் நெல் என்ற வார்த்தை ஏழு இடங்களிலும் பயின்று வருகின்றன. இதில் வெண்-ணெல்லை இரண்டு வகையாகப் பிரிப்பர். முதலாவதாக **நன்செய்நிலத்தில்விளை-யும்நெல்லைவெண்ணெல்என்பர்.**(மலைபடுகடாம் மூலமும் நச்சினார்க்கினியருரை-யும், உ. வே. சாமிநாதையர் ப.141.) இரண்டாவதாக **புன்செய்நிலத்-தில்வானம்பார்த்தபயிராகவிளைந்தநெல்ஐவனவெண்ணெல்எனப்படும்.** (நற்றிணை , பின்னத்தூர் நாராயணசாமி ஐயர் ப.831),

நற்றிணையில் நெல்

நற்றிணையில் நெல் குறித்த 15 பாடல்களைத் திணை வாரியாகப் பிரித்தால், நெய்தல் திணையில் ஐந்து பாடல்களும், பாலைத் திணையில் நான்கு பாடல்களும், மருதத்திணையில் மூன்று பாடல்களும், குறிஞ்சித் திணையில் இரண்டு பாடல்-களும், முல்லைத் திணையில் ஒரு பாடலும் என அமைகின்றன. நற்றிணையில் நெல் குறித்துப் பாடிய புலவர்களை ஆராயும் பொழுது உலோச்சனார், நல்வெள்-ளியார், சாத்தந்தையார், மூலங்கிழார், அம்மூவனார், பரணர், நக்கீரர், கபிலர், ஆலங்குடி வங்கனார் போன்றவர்களை இனங்காணலாம். மேலும் நெல் குறித்து பாடப் பெற்ற ஐந்து பாடல்களின் ஆசிரியர் பெயர்கள் அறியப்படாததால், நற்றி-ணையில் பதிவு செய்யப்படவில்லை.

நாற்றங்கால்

நெல் பயிரிட அதிக அளவு நீர் தேவைப்படுகிறது. நீராதாரத்-தைப்பொருத்துநெல் 'உலர்நிலமுறை' அல்லது 'நீர்நிலமுறை' ஆகியமுறைக-ளில்பயிரிடப்படுகிறது. உலர்நிலமுறையில், விதைகள்நேரடியாகவிளைநிலத்-தில்விதைக்கப்பட்டு, பின்முளைத்தலுக்கேற்பஅதிகப்படியானநெல்நாற்றுக்கள்களை-யப்படுகின்றன. நீர்நிலமுறையில், நெல்விதைகள்நாற்றங்கால்எனப்படும்சிறுநிலத்-தில்விதைக்கப்பட்டுநாற்றுக்கள்பின்னர்விளைநிலத்தில்சரியானஇடைவெளியில்நடப்-படுகின்றன. இம்முறைகளின்பெயர்குறிப்பிடுவதுபோல, நீர்-நிலமுறைக்குஅதிகநீர்தேவை. நீர்நிலமுறையிலும்நேரடிவிதைப்புமூலம்நெல்விதைக்-

கப்பட்டுபின்னர்முளைத்தலுக்கேற்ப, அதிகமாகமுளைத்தஇடத்திலுள்ளநாற்று-
கள்குறைவாகமுளைத்தஇடங்களில்நடப்படுகிறது. (
https://ta.m.wikipedia.org/wiki/நெல்)

மண்வளம்

மற்ற பயிர்களை விட நெல்லுக்கு அதிக நீர் தேவை என்பதாலும், சங்கத் தமி-
ழர்கள் நெல் சாகுபடியைப் பரவலாகச் செய்து இருப்பதாலும், அவர்களின் நிலங்-
கள் நீர்வளம் மிக்கதாகவும், மண்வளம் மிக்கதாகவும் இருந்ததை அறிய முடி-
கின்றது. சில நாடுகளில் தற்போது நெல்லுடன் மீன்களும் வளர்க்கப்படுகின்றன.
இச்செய்தியை நாம் நற்றிணையிலும் காணமுடியும்.

நெல்விளைகழனிநேர்கண்செறுவின்

அரசினர்இட்டசூட்டுவயல், பெரிய

இருஞ்சுவல்வாளைபிறழும்ஊர் (நற்றிணை-400)

இப்பாடலின் வழியே வாழை மரத்தின் வாழைப்பூவை அசைக்கும்படியாக
நெற்கதிர்கள் ஓங்கி வளர்ந்து கம்பீரமாக காட்சியளிக்கும். நெற்கதிர் விளைந்த
வயலின் சேற்றில் கதிர்களை அறுத்துப் போடுவர் மள்ளர். அந்த வயலில் இருக்-
கும் வாளை மீன், அறுத்து போடப்பட்ட கதிர்களின் மீது பிறழும் என்பதை அறிய
முடிகிறது.

இரக்கக் குணம்

சங்ககால மக்கள் மனிதர்களைத் தாண்டி தங்களைச் சுற்றியுள்ள அனைத்துப்
பொருட்களையும் நேசித்தனர். அவற்றையும் தன் உயிராக, உணர்வாகக் கருதினர்.
இதன் வெளிப்பாடாகவே அவர்கள் மிகுந்த இரக்க குணம் படைத்தவர்களாகத்
திகழ்ந்தனர். இதற்குச் சிறந்த உதாரணம் முல்லைக்குத் தேர் தந்த பாரி மன்னன்
ஆவான். பொதுவாகத் தானியம் வளர்ந்து விட்டால் அதனை அறுப்பது இயற்கை.
ஆனால் ஆதித்தமிழர்கள் நெற்கதிரைத் துன்பம் ஏற்படாதவாறு அறுப்பர் என்ற
அரிய செய்தியை நற்றிணை பதிவு செய்துள்ளது.

செந்நெல்அரிநர்சுடர்வாட்புண்ணுக்கு

காணார்முதலோடுபோந்தென, பூவே (நற்றிணை - 275)

செம்மையான நெல்லின் கதிர்களை வெட்டும் மள்ளர், தன் வாளினால் அறுக்-
கும் போது அதற்குத் துன்பம் ஏற்படாதவாறு விரைவாக அறுப்பர் என்பதை இப்-
பாடல் வழியாக உணரமுடிகின்றது.

வருவாய்

தமிழக அரசு நெல்லினால் அதிக வருவாய் ஈட்டுகின்றது. சங்க காலம்
தொட்டே நெல்லைக் கொண்டு வருவாய் பெறுவதை நற்றிணையானது,
இருங்கதிர்நெல்லின்யாரைஃதே (நற்றிணை-275) என்ற வரியுடைய பாடலில் கூறு-
கின்றது. இதன் மூலம் அவர்களுடைய பொருளாதாரத்தில் நெல் முக்கியப் பங்கு

வகிப்பதை விளங்க முடிகின்றது.

பண்டமாற்று முறை

பண்டமாற்று முறை பரவலாக நடைமுறையில் இருந்த சங்க காலத்தில் தமி-ழர்கள் நெல்லைக் கொடுத்து உப்பைப் பெற்றனர் என்ற செய்தியை,

தம்நாட்டுவிளைந்தவெண்ணெல்தந்து

பிறநாட்டுஉப்பின்கொள்ளைசாற்றி (நற்றிணை-183).

(கொள்ளை-விலை கூறல்) என்ற நற்றிணைப் பாடல் தெளிவாய் உணர்த்து-கின்றது.

குதிரைக்கு உணவாதல்

கொள் என்றால் குதிரையும் வாயைத் திறக்கும் என்பது பழமொழி ஆனால் பழந்தமிழன் குதிரைக்கு அரிசிச் சோற்றை உணவாகக் கொடுத்து மகிழ்ந்தான் என்பதை

உமணர்தந்தஉப்புநொடைநெல்லின்

இனிமாஇன்றுஅருந்த, நீவிக்...(நற்றிணை-254)

என்ற பாடல் பாடுகின்றது. அதாவது உப்பு வணிகர்கள் தங்கள் உப்பினை விற்று, அதற்கு விலையாகப் பெற்ற நெல்லைக் குற்றிச் செய்த உணவினைக் குதி-ரைக்கு உணவாக வழங்குவர் என்பதாகும்.

நெல் சேமிப்பு முறை

தேவைக்கு அதிகமாக உள்ள நெல்லை மக்கள் சேமித்து வைப்பர். அறு-வடைசெய்யப்பட்டநெல்லைப் பாதுகாப்பாகச்சேமித்துவைக்கபெரியமண்பானைகள், பத்தாயம்அல்லதுகுதிர்என்னும்மரப்பலகைகளால்செய்யப்பட்டஅமைப்பும்மற்றும்செங்-கல்கொண்டுஅமைக்கப்பட்டநெற்களஞ்சியங்கள்ஆகியவைபண்டையநாட்க-ளில்இருந்தன. (தினமணி இணைய நாளிதழ் (நாள் 12.01.2014).

செல்வச் செழிப்பு மிகுந்த தம் தாய் வீட்டைத் துறந்து, காதலனுடன் காட்டுவ-ழியில் பயணிக்கிறாள் இளம் பெண்ணொருத்தி. அவளின் தாய் வீட்டின் செல்வச் செழிப்பைப் புலவர் சாத்தந்தையார் பாடும்போது,

செவ்விசேர்ந்தபுள்ளிவெள்அரை

விண்டுப்புரையும்புணர்நிலைநெடுங்கூட்டுப்

பிண்டநெல்லின்தாய்மலைலழிய (நற்றிணை-26) என்றுரைக்கிறார்.

அதாவது அழகிய புள்ளிகளைக் கொண்ட, அருமையான அடியை உடைய, மலைபோல் அடுக்கிய நிலையில் இருந்தது அந்த நெற்கூடு. அது நிரம்பக் கொட்-டிய நெல்லை உடையது இவளது தாய்வீடு என்று கூறுகிறார். இதன் மூலம் பண்-டைய காலம் தொட்டே நெல்லைச் சேமித்து வைக்கும் பழக்கம் இருந்ததை அறிய முடிகின்றது.

உழவர்கள் கதிர் அறுக்கும் போது மிருதங்கம் எனும் தண்ணுமையை முழங்கும் பழக்கம் இருந்தது என்பதை,

வெண்ணெல்அரிநர்தண்ணுமைவெரீஇ (நற்றிணை - 350) என்ற வரியிலும், அக்காலத்துப் பெண்கள் நெல்லைக் குத்தும்போது பாடல்களைப் பாடிக்கொண்டே நெல் குத்துவர் என்பதை,

மைபடுமால்வரைபாடினள்கொடிச்சி

ஐவனவெண்ணெல்குறூஉம்நாடனொடு (நற்றிணை-373)

என்ற வரிகளிலும் அறிய முடிகிறது

சங்ககாலத்தில் தெய்வத்திற்குப் படையலிடும் வழக்கமும், அப் படையலாக வெண்சோறு வைக்கப்படுவதையும், அப்படையலைக் காக்கைகள் உண்பதையும் நற்றிணை பகர்கிறது.

கருங்கண்கருணைசெந்நெல்வெண்சோறு

சூருடைப்பலியோடுகவரிய,குறுங்கால் (நற்றிணை-367).

அதாவது கருணைக் கிழங்கின் பொரியலோடு சமைத்த வெண்மையான சோற்-றுப் படையலை தெய்வத்துக்கு வைப்பர். அதனைக் காக்கைகள் கவர்ந்துண்ணும் என்பதாகும்.

மூலங்கீரனார் என்ற புலவர் நெற்கதிர்களை மயிருக்கு உவமையாக்கிக் கூறு-கிறார்.

மயிர்நிரைத்தன்னவார்கோல்வாங்குகதிர்ச்

செந்நெல்அஞ்செறுவின்அன்னம்துஞ்சும் (நற்றிணை -73).

இதன்மூலம் சிவந்த மென்மையான மயிரை நிறைத்து வைத்தாற் போன்ற நீண்டு திரண்டு வளர்ந்த செந்நெல் கதிர்களை உடையதாக வயல்கள் அமைந்தி-ருந்தன என்பதை அறியலாம்.

மூங்கில் நெல்

ஒரே ஒரு பாடலில் மட்டும் மூங்கில் நெல் பற்றி குறிப்பிடப்பட்டுள்ளது.

வெண்ணெல்அருந்தியவரிநுதல்யானை (நற்றிணை - 7)

மூங்கிலின் வெண்ணிற நெல்லை யானைகள் விரும்பித் தின்னும் என்ற செய்-தியை நல்வெள்ளியார் என்ற புலவர் பாலைத் திணையில் பாடுகிறார்.

தொகுப்புரை

i. சங்ககால மக்கள் சுற்றுப்புறச் சூழலின் அனைத்துக் கூறுகளையும் நேசித்தனர்.

v. எட்டுத்தொகையில் முதன்மையானது நற்றிணை.

v. நற்றிணையில் 15 பாடல்களில் நெல் பற்றிய குறிப்புகள் காணப்படுகின்றன.

v. நெல்லைக் குறிப்பதற்காக வெண்ணெல், செந்நெல், வெள்அரிசி, என்ற பதங்கள் பயன்படுத்தப்பட்டுள்ளன.

v. சங்கத் தமிழர்களுக்கும், நெல்லுக்கும் முக்கியத் தொடர்பு உள்ளது.

v. மக்கள் நெல்லைக் கொண்டு அதிக வருவாய் பெற்றனர்.

v. நெல் குத்தும்போது பெண்கள் பாடிக்கொண்டே நெல் குத்துவர்.

v. உழவர்கள் கதிர் அறுக்கும் போது தண்ணுமையை முழக்குவர்.

v. பாலைத் திணையைத் தவிர்த்து மற்ற திணை நிலங்கள் நீர் வளம் மிக்கதாக அமைந்திருந்தது.

v. நெற்பயிர்களுக்கு மத்தியில் நெய்தல் பூக்கள் பூத்துக் குலுங்கின.

v. நெற்கதிர்களுக்கு துன்பம் ஏற்படாதவாறு அதனை அறுப்பவர்களாக மள்ளர்கள் இருந்தனர்.

v. நெல் வயலில் வாளை மீன்கள் துள்ளித் திரிந்தன.

v. நெல்லை சேமித்து வைப்பதற்கு நெற்களஞ்சியங்கள் போன்ற பலவகையான முறைகளைப் பின்பற்றினர்.

முடிவுரை

சங்ககால மக்கள் சக மனிதர்களையும் நேசித்தார்கள். தன்னைச் சுற்றியுள்ள அனைத்து உயிருள்ளதையும், உயிரற்றதையும் போற்றினர். விரும்பிப் பாதுகாத்-தனர். அப்படிப்பட்ட அம்மக்களின் வாழ்வியலுக்கும் நெல்லுக்கும் இடையேயான தொடர்பை நற்றிணை வாயிலாக விரிவாக ஆராயப்பட்டுள்ளதை இக்கட்டுரை எடுத்துரைக்கிறது.

7

புதுச்சேரியின் மொழிவளம்

தமிழுக்கு அமுதென்று பேர் - அந்தத் தமிழ் இன்பத் தமிழ் எங்கள் உயிருக்கு நேர்... என்ற வரிகள் மூலம், நாம் தமிழ் மீது கொண்ட அன்பை வெளிப்படுத்தியவர் புதுச்சேரியின் மைந்தன் பாவேந்தர் பாரதிதாசன் ஆவார். மொழிகள்குறித்துரஷ்யநாட்டுஇதழானபிராகாகுறிப்பிடும்போதுஉலகளவில் 6000 மொழிகள்தோன்றியதாகவும்அதில் 2700 மொழிகள்மட்டுமேஇன்றளவும்இருப்பதாகக்கூறுகிறது. இந்தியாவில் காணப்படும் அனைத்து மொழிகளைக் காட்டிலும் தமிழ் மொழி தொன்மையானது. புதுச்சேரியில் தமிழ், ஆங்கிலம், பிரெஞ்ச், மலையாளம், தெலுங்கு என பல மொழிகள் புழக்கத்தில் இருந்தாலும் தமிழ் மொழி மட்டுமே ஆல் போல் தழைத்து, செழித்து, வளர்ந்து பரவிக்கிடக்கிறது. புதுச்சேரியின் தமிழ் மொழிவளம், இலக்கிய வளம் குறித்து ஆராய்வதே இக்கட்டுரையின் நோக்கமாகும்.

மொழியும் படைப்பாளர்களும்

ஒரு மொழியின் சிறப்பை அதில் இயங்கும் கவிஞர்கள் இலக்கியவாதிகள் எழுத்தாளர்கள் மேலும் அவர்தம் படைப்புகள் மூலம் வெகு எளிதில் அறியமுடியும். புதுச்சேரியில் தமிழ் வளம் பெற்று விளங்குவதற்கு சாட்சியாக, அங்கு பிறந்து சிறந்த இலக்கியவாதிகள், எழுத்தாளர்கள் பலர் உள்ளனர். மொழி என்பது பேச்சு வடிவம், எழுத்து வடிவம் என இரு வகையாக பிரிக்கப்படும். நாம் இக்கட்டுரையில் எழுத்து வடிவ மொழி வளத்தை ஆய்வோம்.

புதுச்சேரியில் இலக்கிய வளர்ச்சி என்பது மகாகவி பாரதி புதுவைக்கு வருவதற்கு முன்பிருந்தே துவங்கியது. அவ்வழியில் மகாகவி பாரதியார், பெருஞ்சித்திரனார், புரட்சிக்கவிஞர் பாரதிதாசன், தேவநேயப்பாவணர் முதலான அறிஞர்

பெருமக்களின் இலக்கியத் தொண்டினைப் பின்பற்றி புதுவையின் பல படைப்பாளர்கள் தமிழன்னைக்கு முத்தாரம் சூட்டி விடுவது இன்று வரைக்கும் நீள்கிறது.

புதுவை எழுத்தாளர்கள் பட்டியல்

புதுச்சேரியின் எழுத்தாளர்கள் பட்டியலில் அ. அறிவுநம்பி, அ.உசேன், அ. சவ்தா உம்மாள், அ. மு. யூசுப் சாகிப் , அரிமதி தென்னகன் , எல். இராமமூர்த்தி , எஸ். எம். உமர் , க. இளமதி சானகிராமன், க. கண்ணன், க. பொ. இளம்வழுதி ,கரசூர் பத்மபாரதி, கி. இராகவசாமி கு. பாலகங்காதரன்,கோ. சாரங்கபாணி ,சு. கலிவரதன்,சு. தில்லைவனம், சு. வேல்முருகன், சுந்தர சண்முகனார், தமிழ்ஒளி, துரை. மாலிறையன், நா. இளங்கோ, நா. சிவநேசன், ப. யூ.அய்யூப், பக்தவத்சல பாரதி, பி. எம்.சுந்தரம், பிரபஞ்சன், புதுவைத் தமிழ்நெஞ்சன், ம. லெ. தங்கப்பா, மகரந்தன், மதனகல்யாணி, மன்னர் மன்னன், யதுகிரி அம்மாள், ரமேஷ் - பிரேம், ரமேஷ் பிரேதன், ராஜ்ஜா, வயி. நாராயணசாமி, வாணிதாசன், வித்யாசாகர் , வே. ச. திருமாவளவன் என பட்டியல் நீள்கிறது. இவர்கள் எழுதிய புத்தகங்களின் எண்ணிக்கை 600 க்கும் அதிகம். மேலும் இவர்கள் பெற்ற விருதுகளின் எண்ணிக்கை நூற்றுக்கும் அதிகம். இவர்களில் நான்கு பெண்களும் உள்ளனர் என்பது குறிப்பிடத்தக்கது. இவர்களில் சாகித்திய அகாடமி விருது பெற்றவர்களும், செவாலியே விருது பெற்றவரும், தமது நூல்கள் நாட்டுடமையாக்கப்பட்ட சிறப்பு பெற்றவர்களும், பல்வேறு இதழ்களைத் தொடங்கிச் சிறப்பாக நடத்தியவர்களும் உண்டு. பானை சோற்றுக்கு ஒரு சோறு பதம் போல இவர்களுள் ஒரு சிலரின் இலக்கியப் பணியை விரிவாகக் காணலாம்.

சாகித்திய அகாடமி விருது

ம. லெ. தங்கப்பா என்பவர் ஒரு தமிழ் எழுத்தாளராவர். இவர் ஒரு பன்மொழி அறிஞர்; இவர் கவிதை, கட்டுரை, மொழிபெயர்ப்பு போன்றவற்றை எழுதும் பன்முக ஆற்றல் கொண்டவர். இவர் **இருமுறைசாகித்தியஅகாடமிவிருதைப்பெற்றுள்ளார்.** இவர் படைப்புகளில் தமிழ் நலத்துக்கு உழைத்தல், சுற்றுச்சூழல் மற்றும் வாழ்வு நலம் பற்றிய விழிப்புணர்வைப் பெருக்குதல், மாந்தரிடையே நல்லுறவு பேணுதல் போன்ற சிந்தனைகள் மிகுந்து இருக்கும்.

இவர் பனிப்பாறை நுனிகள், புயற்காற்று உள்ளிட்ட 14 பாடல்களையும், மழலைப் பூக்கள், இயற்கை விருந்து உள்ளிட்ட நான்கு குழந்தைப பாடலகளையும், ஏது வாழ்க்கை, திருக்குறளும் வாழ்வியலும், மொழிமானம் உள்ளிட்ட எட்டு கட்டுரை நூல்களையும், கனவுகள், மலை நாட்டு மலர்கள், மண்ணின் கனிகள் என்ற மூன்று தொகுப்புகளையும், தமிழில் இருந்து நான்கு நூல்களை ஆங்கிலத்திலும் மொழி பெயர்த்துள்ளார். இவர்எழுதியசோலைக்கொல்லைப்பொம்மைநூலுக்காக, 2010 ஆம்ஆண்டுகுழந்தைகள்இலக்கியத்திற்கானசாகித்திய அகாதமிவிருதுபெற்றார். love stands alone (பெங்குயின்வெளியீடு)

சங்ககவிதைமொழிபெயர்ப்புநூலுக்காக 2012இல்சாகித்யஅகாடமிவிருதைப்பெற்றார். தமிழக அரசின் பாரதிதாசன் விருது, சென்னை பகுத்தறிவாளர் கழகத்தின் மொழி-பெயர்ப்பு விருது, சிற்பி இலக்கிய விருது ஆகியவற்றை பெற்றுள்ளார்.

பிரபலதமிழ்எழுத்தாளராகவும், சிறந்தவிமர்சகராகவும்இருப்பவர்தமிழுக்-கானசாகித்யஅகாடமிவிருதுபெற்றபிரபஞ்சன்ஆவார். இவர் வானம் வசப்படும், மகாநதி, மானுடம் வெல்லும் உள்ளிட்ட 12க்கும் மேற்பட்ட புதினங்களையும், ஆண்களும் பெண்களும் என்ற குறு நாவலையும், நான்கு சிறுகதைத் தொகுதிக-ளையும், முட்டை, அகல்யா என்ற நாடகங்களையும், பல கட்டுரைகளையும் தமிழ் இலக்கிய உலகிற்கு வழங்கியுள்ளார். இவர் பெற்ற விருதுகள் சாகித்திய அகாடமி விருது - வானம் வசப்படும் (1995). பாரதிய பாஷா பரிஷத் விருது, கோயம்-புத்தூர் கஸ்தூரி ரங்கம்மாள் விருது - மகாநதி , இலக்கியச் சிந்தனை விருது - மானுடம் வெல்லும். சி. பா. ஆதித்தனார் விருது - சந்தியா, தமிழக அரசின் பரிசு - நேற்று மனிதர்கள், தமிழக சிறந்த சிறுகதைத் தொகுப்பிற்கான பரிசு - ஒரு ஊரில் ரெண்டு மனிதர்கள் ஆகும்.

செவ்வாலியே விருது

கவிஞரேறுவாணிதாசன் புதுவையைச் சேர்ந்த தமிழறிஞரும், கவிஞரும் ஆவார். இவர் 'பாரதிதாசன் பரம்பரை' என்றழைக்கப்படும், பாவலர் தலைமு-றையில் வருபவர். இன்ப இலக்கியம், இனிக்கும் பாட்டு, எழில் விருத்தம்,எழி-லோவியம் உள்ளிட்ட 19 நூல்களை எழுதியவர். இவர்தம் பாடல்கள், சாகித்திய அகாதமி வெளியிட்ட 'தமிழ்க் கவிதைக் களஞ்சியம்' என்ற நூலிலும், தென்மொ-ழிகள் புத்தக வெளியீட்டுக் கழகம் வெளியிட்ட புதுத்தமிழ்க் கவிமலர்கள் என்ற நூலிலும், மற்றும் பற்பல தொகுப்பு நூல்களிலும் இடம் பெற்றுள்ளன. உருசியம், ஆங்கிலம் முதலிய மொழிகளில் இவர் பாடல்கள் மொழி பெயர்க்கப்பட்டுள்ளன. இவர் பிரெஞ்சு மொழியிலும் புலமை பெற்றவர். 'தமிழ்-பிரெஞ்சு கையகர முதலி' என்ற நூலை வெளியிட்டுள்ளார். பிரெஞ்சுகுடியரசுத்தலைவர்இவருக்கு 'செவாலி-யர்' என்றவிருதினைவழங்கியுள்ளார். மேலும் 'கவிஞரேறு', 'பாவலர்மணி' முத-லியபட்டங்களும்வாணிதாசனுக்குவழங்கப்பட்டுள்ளன.தமிழச்சி", "கொடிமுல்லை" ஆகிய சிறு காப்பியங்களையும், 'தொடுவானம்', 'எழிலோவியம்', 'குழந்தை இலக்-கியம்' ஆகிய கவிதை நூல்களை வழங்கியுள்ளார். எனினும் 'வாணிதாசன் கவிதைகள்' என்னும் தொகுப்பே பெரும் புகழ் பெற்றது. இயற்கைப் புலமைவு இவருடைய பாடல்களில் சிறந்து விளங்குவதைக் காணலாம். எனவேஇவரை 'தமி-ழகத்தின்வேர்ட்ஸ்வார்த்' என்றுபாராட்டுகின்றனர்.

பெண் ஆளுமைகள்

அ. சவ்தாஉம்மாள் - இந்திய முஸ்லிம் பெண் எழுத்தாளர், இவர் காரைக்கால் அண்ணா அரசினர் கலைக்கல்லூரி முதுகலைத் தமிழ் துறை விரிவுரையாளரும்,

எழுத்தாளரும், பேச்சாளரும், இலக்கியம், சமூகவியல், தத்துவம், பெண்ணியம், புனைகதை ஆகிய துறைகளில் அதிக ஈடுபாடு கொண்டவரும், இலக்கிய சமயச் சொற்பொழிவாளரும், இஸ்லாமியத் தமிழலக்கியக் கழகத்தின் மகளிர் பிரி-வுச் செயலாளரும், மகாகவி பாரதி தமிழ்ச் சங்கத்தின் துணைத் தலைவருமா-வார். மேலும் காரைக்காலில் நடந்த விசுவின் அரட்டை அரங்கத்தில் நடுவராக இருந்தவரும், புதுவை ஆளுநரின் உரையை மொழிபெயர்த்தவரும், எழுத்தா-லும் பேச்சாலும் பெண்களின் முன்னேற்றத்துக்குக்காகப் பாடுபட்டு வருபவர். இவர் பெற்ற விருதுகளும் கௌரவங்களும்....சொல்லின்செல்வி, தமிழ்மாமணி, கலைக்கோமாமணி, காப்பியச்சீர்காவலர், சமுதாயச்சிற்பிஆகும்.

கரசூர்பத்மபாரதி என்பவர் ஒரு புதுச்சேரி எழுத்தாளர். இவரது இயற் பெயர் கு. பத்மாவதி. தமிழில் முதுகலை, ஆய்வியல் நிறைஞர், இளங்கலைக் கல்வி-யியல் பட்டங்களையும், மானிடவியலில் பட்டயமும் பெற்றவர். இளமை நதியில் முதுமை ஓடங்கள், சிறகிருந்தும் என்கிற நூல்களை வெளியிட்டவர். கவியரங்கு-கள், பட்டிமன்றங்களில் பங்கு பெற்றவர். இவர் எழுதிய "நரிக்குறவர்இனவரை-வியல்" எனும்நூல்தமிழ்நாடுஅரசின்தமிழ்வளர்ச்சித்துறையின் 2004 ஆம்ஆண்-டுக்கானசிறந்தநூல்களில்மானிடவியல் (சமூகவியல், புவியில், நிலவியல்) எனும்வகைப்பாட்டில்பரிசுபெற்றிருக்கிறது.

மதனகல்யாணிசண்முகானந்தன் புதுச்சேரியில் பிறந்தவர். பிரெஞ்சுமொழியைப் பயிற்றுவிக்கும் பயிற்சிக்குரிய பல சான்றிதழ்கள் பெற்றவர். பிரெஞ்சுக்காரர்கள் பலருக்குத் தமிழ் மொழியையும் தமிழர்கள் பலருக்குப் பிரெஞ்சு மொழியையும் பயிற்றுவித்தவர். லிசேபிரான்சேபள்ளியில் 41 ஆண்டுகள்தமிழ்பயிற்றுவித்தவர்.

இவர் பிரெஞ்சிலிருந்து தமிழுக்கு மொழி பெயர்த்த நூல்களில் சில...குட்டி இளவரசன் (அன்த்துவான் தெ சேந்த் எக்சுய்பேரி), கொள்ளைநோய் (நோபல் பரிசு பெற்ற பிரெஞ்சு எழுத்தாளர் ஆல்பெர்ட் கம்யூஸ்), புதுச்சேரி வணிகத்தள ஊரின் வரலாறு (ஜெரார் துய்வால்), ...தமிழிலிருந்து பிரெஞ்சுக்கு மொழி பெயர்த்த நூல்களில் சில..புதுச்சேரி நாட்டுப் புறப்பாடல்கள், புதுச்சேரி நாட்டுப்புறக் கதைகள், கரையெல்லாம் செண்பகப்பூ (சுஜாதா), கம்பனோடு ஒன்றும் பிரஞ்சி-லக்கியங்கள், ஆராதனை (கவிதை நூல்), தூறல் (கவிதை நூல்).

விருதுகள்

மணிக்கவி மஞ்சை - பாராட்டு நன்மங்கலம் - உலகத்தமிழ்ப் பண்பாட்டு இயக்கம். 1992. சிறந்த எழுத்தாளர் விருது - 1996 - அனைத்திந்தியத் தமிழ் எழுத்தாளர் சங்கம் - புதுச்சேரி மாநிலக்கிளை.தமிழுக்குத் தொண்டு செய்வோர் சாவதில்லை - நற்சான்றிதழ் . மொழிஞாயிறு தேவநேயப்பாவாணர் மாநாடு - 2002. கோலாலம்பூர்(மலேசியா),பாராட்டிதழ் - தமிழ்ப்புதுவை -1996- புதுச்-சேரி.பாவேந்தர் நூற்றாண்டு விழா சான்றிதழ் - 1990 - புதுச்சேரி,பாராட்டிதழ் -

புதுவை எழுத்தாளர் சங்கம். மனித உரிமை மற்றும் உயர்வுறுதல் சங்கம். மக்கள் காப்புரிமை மாத இதழ் - 1999 - புதுச்சேரிபாராட்டிதழ் - பாவேந்தர் பாசறை - 2003.நாடகத்துறை சான்றிதழ் - சவகர்லால் நேரு இளைஞர்க் கழகம் - சென்னை கிளை - 1976புதுவைஅரசின்கலைமாமணிவிருது - 2007.

முடிவுரை

புதுச்சேரியின் தமிழ் இலக்கிய வாதிகள் கதை, கவிதை, கட்டுரை, நாடகம், அகரமுதலி என பல தளங்களில் தங்கள் படைப்புகளை வெளியிட்டு தமிழ் மொழிக்கு வளம் சேர்க்கின்றனர் என்பதை மேற்கண்ட பல்வேறு ஆதாரங்களின் வழியாக நாம் ஆராய்ந்தோம். எனவே புதுச்சேரியில் தமிழ் மொழியானது வளம் பெற்று சிறந்து விளங்குகிறது என்பதை இவ்வாய்வின் முடிவாகக் கருதலாம்.

8

இஸ்லாமியச் சிறுகதைகளில் சமூகச் சிக்கல்களும், தீர்வுகளும்

ஆய்வுச்சுருக்கம்

இஸ்லாமியச் சிறுகதைகளில் ஏராளமான இஸ்லாமிய விழுமியங்களும், சமூகச் சிந்தனைகளும், சமூகச் சிக்கல்களும், தீர்வுகளும் நிறைந்திருக்கின்றன என்பதைக் கருதுகோளாகக் கொண்டு இக்கட்டுரை ஆய்வு செய்யப்பட்டுள்ளது. பெண்ணுரிமை, தொழிலாளர்கள் மீதான அடக்குமுறை, முதிர் கன்னிகளின் ஏக்கம், மாற்றாந்தாயின் மாறாத பாசம், வறுமை ஆகியவற்றை உள் தலைப்புகளாகக் கொண்டு இந்தக் கட்டுரை ஆய்வு செய்யப்பட்டுள்ளது. கட்டுரையின் பக்க எண்ணிக்கையைக் கணக்கில் கொண்டு ஒவ்வொரு சிறுகதையும் சுருக்கமாக ஆய்வு செய்யப்பட்டுள்ளது.

ஆய்வுக் களம்

இஸ்லாமிய இலக்கியக் கழகத்தால் வெளியிடப்பட்ட இஸ்லாமியச் சிறுகதைகள் எனும் தொகுப்பில் இடம்பெற்ற வி.நூர்.முகமது எழுதிய சம்மதமா?, இருகூரான் எழுதிய சோறு, ஜே எம் சாலி எழுதிய நெருஞ்சிப்பூ , கருணா மணாளன் எழுதிய மௌனத்தின் நாவுகள் மற்றும் ஆளூர் ஜலால் எழுதிய நாவூரம்மா ஆகிய ஐந்து சிறுகதைகள் இந்த ஆய்வுக்காக எடுத்தாளப்பட்டுள்ளன.

கலைச்சொற்கள்

இஸ்லாம், சிறுகதை, வரதட்சணை, சோறு, திருமணம், சித்தி, ஏக்கம், வறுமை, முதிர்கன்னி.

முன்னுரை

மணிக்கொடி என்ற இலக்கிய இதழின் மூலம் தமிழில் சிறுகதைகள் எழுச்-சியுற்ற போதிலும் தமிழ் இஸ்லாமிய சமூகத்தில் சிறுகதை இலக்கியம் அப்போது தோன்றவில்லை. இஸ்லாமிய எழுத்தாளர்களும் பெரிதாக ஆர்வம் காட்டவில்லை. அதற்குக் காரணம் இலக்கியப் படைப்பானது இஸ்லாமியக் கோட்பாடுகளை மீறிச் சென்று விடுமோ என்ற குற்ற உணர்ச்சி இஸ்லாமிய சமூகத்திடம் மிகைத்து இருந்-தது.

ஒரு கோட்பாட்டை தவறாக எழுதுவது, தவறாக புரிந்து கொள்வது என்ற இரண்டு வகை நிலைப்பாடுகள் இருக்கும். இதில் இரண்டாவது வகை மக்களி-டையே மிக வேகமாக பரவி விட வாய்ப்புண்டு. இப்படிப்பட்ட சூழலில் இஸ்லா-மியச் சிறுகதைகளை எழுதுவதற்காக துணிந்து, தொடர்ந்து எழுதி வந்தவர்களை நாம் பாராட்டியே ஆகவேண்டும்

பெண்ணுரிமை

திருப்பத்தூரை சேர்ந்த **வி.நூர்.முகம்மது** என்ற எழுத்தாளர் முதல் தமிழ் இஸ்-லாமியச் சிறுகதையை **சம்மதமா** என்ற தலைப்பில் 1945 இல் எழுதினார். இது பெண்ணுரிமையை வலியுறுத்தும் புரட்சிகரமான கதையாக அமைந்துவிட்டது. தஞ்-சாவூரில் மிகவும் செல்வாக்கு பெற்ற காசிம் மரைக்காயரின் மகன் புக்காரி ராணு-வத்தில் சேர்ந்து பெரிய பதவி பெற்று திரும்பி வருகிறான். திருச்சியின் பெரும் பணக்காரரும், முன்கோபியுமான அபூபக்கர் சாஹிபின் ஒரே செல்ல மகள் மும்-தாஜ். ஊரிலேயே பெண்களில் மிக அதிகமாக எஸ்.எஸ்.எல்.சி வரை படித்த ஒரே பெண். புக்காரி, மும்தாஜ் திருமணம் பேசி முடிக்கப்படுகிறது.

புக்காரியின் நண்பர்கள் அவனை உசுப்பி விடுகின்றனர். ஒரு பெண்ணை பார்க்காமலேயே திருமணம் செய்வது எப்படி சரியாகும்? ஒருவேளை அவள் அழகில்லாமல் இருந்துவிட்டால், உன் வாழ்க்கை முழுவதும் நாசமாகிவிடும். எனவே எப்படியாவது திருமணத்திற்கு முன்பு அவளை ஒருமுறை நேரில் பார்த்-துவிட்டு சம்மதம் சொல்லிவிடு. உனக்கு பிடிக்கவில்லை என்றால் மறுப்பு தெரி-வித்து, திருமணத்தை நிறுத்தி விடு.... என்று தூபம் போட்டார்கள். நான் மணப்-பெண்ணைப் பார்த்தே ஆகவேண்டும் என்று ஒற்றைக்காலில் நின்று அடம் பிடிக்க ஆரம்பித்தான் புக்காரி. முதலில் அதிர்ந்து போன தந்தை, மகனின் பிடிவாதக் குணத்தைக் கண்டு வேறு வழியில்லாமல் மாப்பிள்ளைத் தோழனான நண்பன் நசீரை திருச்சிக்குத் தூதுவராக அனுப்பி வைக்கிறார்.

நஜீர் கொண்டு வந்த செய்தியை கேட்டவுடன், அபூபக்கர் வானத்துக்கும் பூமிக்குமாய் குதித்தார். இப்படிப்பட்ட சம்பந்தமே வேண்டாம். இந்தத் திருமணத்தை

உடனடியாக நிறுத்துங்கள் என்று கத்தி கூச்சலிட ஆரம்பித்தார். உள்ளே இருந்த மும்தாஜ் தந்தையை அழைத்து, மாப்பிள்ளை என்னைப் பார்ப்பது அகௌரவம் எனில், திருமணம் நின்று விடுவதும் கௌரவக் குறைச்சல் தானே? எனவே இத்-திருமணம் நடைபெற ஏற்பாடு செய்யுங்கள் என்று கூறி விட்டாள். மாப்பிள்ளை, பெண்ணைப் பார்த்த அடுத்த நிமிடமே திருமணம் என்பதை இரு வீட்டாரும் ஒப்-புக்கொண்டார்கள்.

அடுத்து பெண் பார்க்கும் படலம் தொடங்கியது. தேநீர் கொண்டு வந்து புக்கா-ரிக்கு கொடுத்த மும்தாஜ், வினாடியில் வீட்டினுள் சென்று விட்டாள். புக்காரிக்கு மனம் நிறைந்து விட்டது. அடுத்த சில நிமிடங்களில் விவாக ஒப்பந்தம் செய்ய அனைவரும் தயாராகிக் கொண்டிருக்கும் நிலையில், வீட்டுக்குள்ளிருந்து கூச்சல் கேட்டது. மணமகள், மாப்பிள்ளையை வேண்டாம் என்று கூறிய செய்தி பிறகுதான் அனைவருக்கும் தெரிந்தது.

பிறகு மும்தாஜ் பேச ஆரம்பித்தாள். தந்தையே, நீங்கள் திடிரென்று ஏழையாக மாறிவிட்டாலும் இவர் என்னை வேண்டாம் என்று சொல்லி இருப்பார். துரதிஷ்ட-வசமாக நான் அழகற்று இருந்தாலும் இவர் என்னை வேண்டாம் என்று சொல்லி இருப்பார். இப்படிப்பட்டவர் எனக்கு வேண்டாம். திருமணத்திற்கு முன் மணமக்-கள் இருவரிடமும் உண்மையாக சம்மதம் கேட்க இஸ்லாம் கட்டளையிடுகிறது. ஆனால் சமூகம் மணமகனிடம் உண்மையாகவும் மணப்பெண்ணிடம் அர்த்தமற்ற கேலிச் சடங்காகவும் தானே.... சம்மதமா? என்ற கேள்வியைக் கேட்கிறது. திரு-மணத்தை மறுப்பதற்கு மணப்பெண்ணாகிய எனக்கும் உரிமை இருக்கிறது என்-பதை அந்த மடையர்களுக்குப் புரிய வைப்பதற்காகவே இந்தக் கூட்டத்தை நான் கூட்டினேன் என்று கூறியபடி மும்தாஜ் உள்ளே சென்று விட்டாள். (இஸ்லாமியச் சிறுகதைகள் ப. o8)

இஸ்லாத்தில் பெண்ணடிமைத்தனம் இல்லை என்ற போதிலும், சில இஸ்லாமி-யக் குடும்பங்களில் பெண்களுக்கான உரிமைகள் மறுக்கப்படுகிறது. அதில் முக்கி-யமான ஒன்று திருமண உரிமை. இச்சூழலில்தான் பெண்களுக்கும் திருமணத்தை மறுப்பதற்கு உரிமை உண்டு என்பதை இச்சிறுகதை ஆணித்தரமாக வலியுறுத்து-கிறது

தொழிலாளர்கள் மீதான அடக்குமுறை

இன்று உலகம் முழுவதிலும் உள்ள சிறியதும் பெரியதுமான பல தொழிற்-சாலைகளில் தொழிலாளர்கள் அடக்குமுறைக்கு உள்ளாக்கப்பட்டு, அவர்களுக்-கான உரிமைகள் மறுக்கப்படுகின்றன. அவர்கள் நசுக்கப் படுகிறார்கள். அவர்க-ளின் உழைப்பு உறிஞ்சப்படுகிறது. என்பது நியாயமான உண்மையே. இருகூரான் எழுதிய **சோறு** என்ற சிறுகதை பதின்ம வயது இளைஞர்கள் தொழிலாளர்களாக மாற்றப்படுவதும், அவர்களுக்கு ஏற்ற உணவு தரப்படாத அவல நிலையையும்,

அவர்களுக்காகப் பரிந்து பேசக்கூடிய நபரைத் தண்டிக்கக் கூடிய முதலாளித்துவ சமூகத்தையும் குறித்துப் பேசுகிறது.

ஒரு மலை அடிவாரத்தில் தேயிலைத் தோட்ட தொழிலாளர்களுக்காகக் கம்-பெனி சார்பில் மளிகைக் கடை ஒன்று வெள்ளைக்காரன் காலத்திலேயே ஆரம்-பிக்கப்பட்டிருந்தது. அதை முதலாளி இபுராஹிம் கடந்த 30 ஆண்டுகளாக கான்ட்ராக்ட் எடுத்து நடத்தி வருகிறார். வெளியூர்களில் இருந்து வந்த பதினெட்டு வயதுக்குட்பட்ட 15 இளைஞர்கள் தொழிலாளர்களாக இங்கு தங்கிப் பணிபுரிந்து வருகின்றனர். அவர்களுக்குச் சமையல் செய்வதற்காக மாசுத்தா என்கின்ற மகம்-மது சுல்தான் என்ற முன்னாள் ராணுவ ஊழியர் இருக்கிறார். அவர் இங்கு வேலையில் சேர்ந்து முப்பது ஆண்டுகள் ஓடிவிட்டன. அவர் ராணுவத்தில் ரொட்டி தான் சுட்டார் என்றாலும், இந்த வயதிலும் அவரிடம் ஒரு ராணுவ மிடுக்கு இருக்-கும்.

சென்ற பக்ரீத்துக்கு முதல் மாதம் தான் வேலைக்குச் சேர்ந்தவன் சின்ன அத்துர்ரஹ்மான். பத்தாவதுக்கு மேல் படிக்கவைக்க முடியாத ஏழ்மையினால் அவனுடைய தாய் பல்லடத்தில் இருந்து அவனை இங்கே அனுப்பி விட்டாள். சின்னவனுக்கு எழுத்துக்கள் முத்து முத்தாக வருவதால், முதலாளி அவனை பேரேடு, சிட்டை, அடங்கல் எழுதப் பழக்கி விட்டார். மேலும் உனக்குஇப்பொ-முதுசம்பளம்மாதம் 30 ரூபாய். நீநன்றாககணக்குவழக்குகளைபழகியபிறகுமாதம்ஜம்-பதுரூபாய்தருகிறேன்என்றுவாக்குறுதிதந்தார்முதலாளி. ஆனால்நடந்ததோவேறு…. மொதமாசமேபெருநாள்வந்துடுச்சேசின்னவா. அதுக்குதுணிமணிஎடுத்த-தற்குஉன்கணக்கிலேயேபத்துவெளிவச்சா அந்தக்கடன்முடியஇனி-யும்ஆறேழுமாசம்ஆகும்அதனாலேசம்பளத்தைகூட்டிக்கிறசமாச்சாரம்அப்புறம்பார்த்-துக்கிடலாம்பழையபடியேழுமுப்பதுவரவுவைஎன்றுபேச்சுமாறிவிட்டார் (இஸ்லாமியச் சிறுகதைகள் ப. 129)

இவ்வார்த்தைகள் தொழிலாளர்களுக்கு ஆசை காட்டி மோசம் செய்யப்படு-வதை உணர்த்துவதாக அமைகின்றது. மாசுத்தா குருமா தாளித்தால், அந்த மலை முழுவதும் மணக்கும். அவ்வளவு கைப்பக்குவம் அவருக்கு… கடை பையன்க-ளுக்கு எப்போதும் புளிச்சாறு, ஓலை கருவாடு என்று சாதாரண குழம்பு போட்-டதனால், அவர்களுடைய நாக்கு செத்து விட்டது. ஆளாளுக்குக் கேட்க ஆரம்-பித்தார்கள். மாசுத்தா எப்போ நெய்ச்சோறு போடுவீங்க?…. மாசுத்தாவுக்கு கடை பையன்கள் மீது அளவு கடந்த பாசம் இருந்தது.

இன்றைக்கு முதலாளியோ வெளியூர் போய் விட்டார். அவர் வருவதற்குள் பையன்களுக்கு நல்ல நெய்ச்சோறு செய்து போட்டு விட வேண்டும் என்று மாசுத்-தாவின் மனம் துடித்தது. வேகமாகச் சென்று ஒரு கோழியை அடித்து மணக்க மணக்க நெய்ச்சோறு, குருமா தயார் செய்துவிட்டார். இரவு வரவேண்டிய முத-

லாளி போன காரியம் சீக்கிரமாக முடிந்து விட்டதால் மதியமே வந்து விட்டார். சுமையலறைப் பக்கம் வருவதற்கு முன்பே அவருக்கு குருமா வாசனை தூக்கியது. முகத்தில் எள்ளும் கொள்ளும் வெடிக்க ஆரம்பித்தது..

.....யாருடா இன்னிக்கு நெய்ச்சோறு வைக்கச் சொன்னது? சொல்லுங்கடா யார் சொன்னது? கத்தினார் முதலாளி. மாசுத்தா தைரியமாகச் சொன்னார். நான் தான் செய்தேன் பயலுகளுக்கு நல்ல சோறு குழம்பு போடவே இல்லை. அதனால தான் செஞ்சேன் என்றார்.

கடும் கோபம் கொண்ட முதலாளி இந்தக் கிழவனோட கணக்கை முடிச்சு இவன வீட்டுக்கு அனுப்பி வையுங்க. இவனை வேலைக்கு வச்சா என் சொத்தை-யெல்லாம் கரைச்சு விடுவான் என்று கத்திக் கொண்டே இருந்தார்.

யார்கணக்கைளவண்டாதீர்க்கறது.?. நீளமுதறகணக்கைநீயேதான்தீர்த்துக்கணும். கொண்டுபோய்உன்கபரஸ்தான்லேபோடுடாஉன்பணத்தையும்காசையும். அவன-வன்வரவையும், செலவையும்எங்கிருந்தோஒருத்தன்எழுதிக்கிட்டிருக்கான்னுயோசிக்-காம, இந்தபசங்கவேர்வையைக்காசாக்கிநீளமுதிவைக்கிறதுஅவ்வளவும்பாவத்-தோடகணக்கு. இதைத்தீர்க்கவேண்டியதுஇங்கஇல்லடா... அங்கே... அங்கே...(இஸ்லாமியச் சிறுகதைகள் ப. 136) என்று கத்திக் கொண்டே போனார் மாசுத்தா .... கடுமையாக உழைக்கும் தொழிலாளியின் இரத்தத்தை சுரண்டும் ஒவ்வொருவரும் நாளை இறைவனிடம் பதில் சொல்லியே ஆகவேண்டும் என்ற இஸ்லாமியக் கருத்தை எழுத்தாளர் இங்கு பதிவு செய்கிறார்.

முதிர் கன்னிகளின் ஏக்கம்

சில குடும்பங்களில் பெண்களுக்கு திருமணம் தள்ளிப் போய்க் கொண்டே இருக்கும். அச்சூழலில் அப்பெண்களின் ஏக்கத்தை வார்த்தைகளில் வடிக்க இயலாது. இதற்கு சற்று அடுத்த நிலையாக ஒரு குடும்பத்தில் இளையவளுக்கு திருமணம் நிகழ்ந்து, மூத்தவள் கன்னியாகவே இருந்து கொண்டு தங்கையின் திருமண வாழ்வை ஏக்கத்தோடு பார்க்கும் காட்சிகளையும், மூத்தவளின் உள்ளக்-குமுறல்களையும், அவளின் நிறைவேறாத ஆசைகளையும் ஜே.எம்.சாலி தன்னு-டைய **நெருஞ்சிப்பூ** என்ற சிறுகதையின் வாயிலாக நமக்கு உணர்த்துகிறார்.

ஜூபைதாவும், முனீராவும் இணைபிரியாத அக்கா தங்கைகளாக இருந்தார்கள். ஜூபைதா வை பெண் பார்க்க வந்த மாப்பிள்ளை தங்கை முனீராவை பிடித்திருக்-கிறது என்று சொல்ல... குடும்பத்தில் ஒரே குழப்பம். ஜூபைதாவே அனைவரையும் சமாதானம் செய்து, இது நல்ல சம்பந்தம். இதை விட்டால் நமக்குத்தான் நஷ்-டம். எனவே தங்கையின் படிப்பு முடிந்தவுடன் அடுத்த வருடம் இத்திருமணத்தை நடத்தி விடலாம் என்றாள். தந்தையும் யோசித்துப் பார்த்தார். மூத்தவள் சொல்-வது சரிதான். பேசாமல் இருவரின் திருமணத்தையும் ஒரே மேடையில் வைத்து விடவேண்டும் என்று முடிவு செய்து விட்டார். அதற்குப் பிறகு பல இடங்கள்

வந்துவிட்டது எதுவும் மூத்தவளுக்கு பொருந்தவில்லை. சுபைதாவுக்கு வயது ஏறிக் கொண்டே இருக்க, முனீராவுக்கு திருமணம் முடிந்துவிட்டது.

அடுத்த பதினைந்தாவது நாளில் ஜுபைதாவுக்கு நல்ல வரன் ஒன்று வந்தது. திருமணம் நடக்க இருந்த கடைசி நேரத்தில் சீர்வரிசை போதவில்லை என்று மாப்-பிள்ளை வீட்டார் திருமணத்தை நிறுத்தி விட்டு சென்று விட்டார்கள்... இதனால் ஜுபைதா திருமணத்தையே வெறுக்க ஆரம்பித்தாள். இந்த வாழ்க்கையே வேண்-டாம். காசு பணத்துக்கு சந்தைக் கடைச் சரக்கு மாதிரி விலைபேசி வாங்குகிறவர்-களோடு மனங்கலந்து என்னால் வாழ முடியாது. உணர்ச்சியற்றவர்களோடு வாழ்வ-தைவிட ஊமைப் பெண்ணாகவே இருக்கிறேன். உங்கள் அமைதியைக் குலைக்கிற எந்த காரியத்திற்கும் நான் உடந்தையாக மாட்டேன் அத்தா (இஸ்லாமியச் சிறுக-தைகள் ப. 180) என்று ஜுபைதா கெஞ்சினாள்

வரதட்சணையால் திருமண வாழ்க்கை மறுக்கப்படும் கன்னிப்பெண்களின் இதயக் குமுறலை எழுத்தாளர் இங்கு அழகாக வடித்துள்ளார். அடுத்த வரு-டத்திலேயே கர்ப்பம் தரித்த முனீரா பிரவசத்திற்காகத் தாய்வீடு வந்துவிடுகிறாள். அவளைத் தாயன்போடு கவனித்து வருகிறாள் ஜுபைதா. ஒருநாள் வீட்டில் யாரும் இல்லாத நேரத்தில் திடீரென்று வந்து நின்றான் சித்திக். இவன் ஜுபை-தாவின் பள்ளி பருவத்து நண்பன். வீட்டில் யாரும் இல்லையா? நான் பிறகு வரு-கிறேன் என்ற வெட்கம் கலந்த வார்த்தைகளை வீசி விட்டு புறப்பட்டு விட்டான் சித்திக்.

அவன் வந்து போனதிலிருந்து ஜுபைதாவின் உள்ளத்தில் ஒரு தென்றல் காற்று வீச ஆரம்பித்தது. இருவரும் ஒருவரை ஒருவர் ஈர்த்து இருந்தார்கள். படிப்பு முடிந்த கையோடு வெளி நாடு சென்று விட்டால் கடந்த பத்தாண்டுகளாக அவனைப் பார்க்க முடியவில்லை. காலப்போக்கில் ஜுபைதாவும் அவனை மறந்-திருந்தாள். இப்போது மீண்டும் அவன் வந்ததில் அவளுக்கு அவ்வளவு மகிழ்ச்சி. சித்திக் தனது வீட்டில் நான் ஜுபைதாவையே திருமணம் செய்து கொள்வேன். இந்த முறை வெளிநாட்டுப்பயணம் சென்று முடித்து வந்த பிறகு தான் திருமணம் என்று உறுதிபடச் சொல்லி விட்டான். அதனால் தான் என்னவோ சித்திக் வீட்-டுக்குச் சென்ற ஜுபைதாவை அவனுடைய தாயார் மருமகளாகவே பார்க்க ஆரம்-பித்துவிட்டார். அவளை அழைத்து தலை நிறைய மல்லிகைப் பூவைச் சூட்டி நெஞ்சோடு அணைத்துக் கொண்டார்.

வெட்கத்தோடு வீடு திரும்பிய ஜுபைதா, அடுத்து அவன் எப்பொழுது இந்-தியா திரும்புவான். எப்போது திருமண வாழ்க்கை துவங்கும் என்று சிந்திக்க ஆரம்பித்தாள். இரண்டு மூன்று மாதங்கள் கூட கழிந்திருக்காது. திடீரென்று ஒரு செய்தி. வெளிநாட்டில் நடந்த தொழிற்சாலை விபத்தில் சித்திக் மாண்டு போனான். செய்தியறிந்து அடியற்ற மரம் போல் வீழ்ந்தாள் ஜுபைதா. அதே நேரம் என்ன

செய்கிறாய் ஜூபைதா? உன் தங்கைக்கு ஆண் குழந்தை பிறந்திருக்கிறது. சீக்கி-ரமாக வா.. என்ற சத்தத்தைக் கேட்டு, தனக்காக அழுவதா? இல்லை தங்கைக்-காக சிரிப்பதா? என்று தெரியாமல் சோகங்களை மறைத்துக்கொண்டு புன்சிரிப்-போடு குழந்தையைப் பார்க்க ஓடி வருகிறாள் முதிர்கன்னி ஜூபைதா. பல முதிர் கன்னிகளின் திருமணக் கனவு சிதைந்து போவதை ஜூபைதா என்ற பாத்திரத்தின் வழியே எழுத்தாளர் ஜே.எம்.சாலி நமக்கு விளக்கியுரைக்கிறார்.

மாற்றாந்தாயின் மாறாத பாசம்

ஒருவனுடைய வாழ்க்கையில் நுழையும் இரண்டாவது மனைவி முதல் தாரத்-துக் குழந்தைகளை துன்பப்படுத்தும் நிகழ்வுகள் ஆங்காங்கே நடந்து கொண்டுதான் இருக்கின்றன. பொதுவாக சித்தி என்றாலே கொடுமை என்பது எழுதப்படாத பொருளாக மாறிவிட்டது. இச்சூழலில் மாற்றாந்தாயின் மற்றொரு அன்பு முகத்தை **மௌனத்தின்நாவுகள்** என்ற கதை வழியாக **கருணாமணாளன்** நமக்கு அழகுபடச் சுட்டிக் காட்டுகிறார்.

ஷேக் ஃபரீத் மற்றும் ஹபீபா தம்பதியருக்கு ஷகீலா என்ற மூன்று வயதான பெண் குழந்தை ஒன்று இருந்தது. உடல்நலக்குறைவால் ஹபீபா இறந்துவிட்டாள். ஷேக் ஃபரீத் அதே பகுதியில் உள்ள விவாகரத்து பெற்ற, நசீர் என்ற பத்து வயது ஆண் குழந்தைக்குத் தாயான நஜ்மா என்ற பெண்ணை மறுமணம் செய்து கொள்ள விரும்பினான். ஆனால் உறவினர்கள் கடுமையாக இதனை எதிர்த்தனர். உன்னுடைய இறந்துபோன மனைவி ஹபீபா மிகவும் இரக்க குணம் வாய்ந்த-வள். ஆனால் இந்த நஜ்மா அப்படியல்ல. இளம் வயதானாலும் வாய்த்துடுக்கு உடையவள். கறாராகப் பேசக்கூடியவள். இவளைத் திருமணம் செய்து கொண்டால் உன் மகள் ஷகிலாவை சரியாக பார்த்துக் கொள்ள மாட்டாள். எதையும் ஏற்றுக் கொள்ளாத ஷேக் ஃபரீத் ஆடம்பரமின்றி சிறிய கூட்டத்தைக் கூட்டி, நஜ்மாவை மறுமணம் புரிந்து கொண்டான்.

திருமண சடங்குகள் அனைத்தும் முடிந்து, அனைவரும் சென்ற பிறகு நஜ்-மாவின் பையன் நசீரும், ஷேக் ஃபரீதின் குழந்தை ஷகிலாவும் மூலையில் உட்-கார்ந்து விளையாடிக்கொண்டிருந்தார்கள். என் குழந்தையை நம் குழந்தையாக நீ கவனிக்க வேண்டும் என்ற உறுதிமொழியை ஷேக் ஃபரீத், நஜ்மாவிடமிருந்து பெற்றுக்கொண்டான். அதன்பின் நஜ்மாவின் குணம் முற்றிலும் மாறிப்போனது. தன் மகனை கவனிப்பதை விட்டுவிட்டு ஷேக் ஃபரீதின் மகளை மிக அதிகமாக நேசித்து, கவனித்து வந்தாள். தின்பண்டம் கேட்டு அழும்பொழுது, நசீருக்கு கடலை பொட்டலமும், ஷகிலாவுக்கு பாதாம் அல்வாவும் வாங்கிக் கொடுத்தாள்.

ஒரு கட்டத்தில் சிறுவன் நசீர் மனம் வெதும்பிப் போனான். தன்னைத் தாயும் கவனிப்பதில்லை. தந்தையும் கவனிப்பதில்லை என்று வருந்தி வீட்டை விட்டு ஓடிப் போய் விட்டான். எங்கு தேடியும் நசீர் கிடைக்கவில்லை. இப்போதுதான்

முதன்முறையாக நுசீருக்காக நஜ்மா அழ ஆரம்பித்தாள். அழுதுகொண்டே பேச ஆரம்பித்தாள். சிறுவயது முதலே நான் என் சித்தியிடம் சொல்ல முடியாத கொடுமைகளை அனுபவித்து வளர்ந்து வந்தேன். அந்தச் சூழல் உங்கள் மகளுக்கு வந்து விடக் கூடாது என்பதற்காக என் மகன் என்றும் பார்க்காமல் நுசீரை நான் கவனிக்காமல் விட்டுவிட்டேன்.. ஷேக் ஃபரீத் குறுக்கிட்டு, நீ கவலைப்படாதே.. அவனை எங்கிருந்தாலும் கண்டுபிடித்து கொண்டு வந்துவிடலாம் என்று கூற.. வேண்டாமென நஜ்மா தடுக்கிறாள்.

மேலும்.... ஆமாங்க நுசீர் திரும்பி வந்துவிட்டால், அவன் மறுபடியும் எங்கே ஓடிப் போய் விடுவானோ என்ற தயக்கத்தில் நான் அவன் மீது பரிவு காட்டினால்.... இதுவரை நான் அவனுக்கு ஊட்டி வந்த பத்திய வாழ்க்கையை கெடுத்ததாக ஆகிவிடும். மேலும் அவன் மீது பரிவைக் கொட்டத் துவங்கினால் சகீலா மீது தான் வைத்திருக்கும் அன்பு எங்கே குறைந்துவிடுமோ என்ற கூச்சமும் ஏற்படுகிறது. தாய் இல்லாத ஒரு குழந்தை மீது நான் செலுத்திவரும் அன்பிற்கு பகரமாக இறைவன் அவன் மீது கருணை வைத்து, அவனை எங்கிருந்தாலும் வாழவைப்பான். என் இதயத்தில் இருந்து எழும் இந்த ஆசைகள் என் மகன் நுசீரை வாழவைக்கும். எனக்கூறி நா தழுதழுக்கிறாள். (இஸ்லாமியச் சிறுகதைகள் ப. 200) மாற்றான் தாயின் மாறாத உண்மையான அன்பை எழுத்தாளர் இக்கதையின் வழியாக உணர்ச்சி பொங்க உருவகித்துள்ளார்

வறுமை

வறுமைக்கு பல உருவங்கள் இருப்பது போல் பல படித்தரங்கள் இருக்கின்றன. குறிப்பிட்ட வறுமையில் இருப்பவன் தன்னை விட மிகவும் வறுமையில் இருப்பவனை இளக்காரமாக, கேவலமாகப் பார்க்கின்றான் என்பதை **நாவூரும்மா** என்ற கதை நடுவே நமக்கு தோலுரித்து காட்டுகிறார் **ஆனூர்ஜலால்.**

அந்த வீட்டில் நாவூரும்மா, அவளுடைய அம்மா மற்றும் வறுமை குடியிருந்தது. 20 வயதான நாவூரும்மா ஒரு நாளைக்கு 50 பைசா, 60 பைசாவுக்கு பீடி சுற்றித் தருவாள். வாய்க்கும் வயிற்றுக்கும் போதாத காலத்தில் கல்யாணத்துக்கு எங்கே போவது....அந்தத் தெருவில் நடந்து முடிந்த ஒரு மிகப்பெரிய கல்யாணத்தை நாவூரும்மா அசை போட்டுக் கொண்டிருந்தாள்.

நாவூரும்மா.... நாவூரும்மா.... என்ற சத்தம் கேட்டு திரும்பிய பொழுது, மைதீன் காஜா நின்று கொண்டிருந்தான்.; ஒரு கையை லேசாக மடக்கி சாய்த்துக் கொண்டு, வாயின் ஓரத்தில் நீரை ஒழுக விட்டுக்கொண்டு, சொத்தையான கருத்த பாசியை பற்களில் படிய விட்டுக்கொண்டு அவன் சிரிப்பது ஒரு மாதிரியாக இருக்கும். பார்த்தால் சூட்டிப்பில்லாதவன் போல இருந்தாலும், தெருக்காரர்கள் சொல்லும் வேலையை சரியாகச் செய்து விடுவான். நாவூரும்மா மீது அவனுக்கு தனி இஷ்டம். அடிக்கடி அவள் வீட்டுத் திண்ணையில் வந்து படுத்துக் கொள்வான்.

பல வரன்கள் வந்து போய்விட அவளுக்கு மைதீன் காஜா மீது ஒரு விருப்பம்.

அம்மாவிடம் தைரியத்தை கூட்டிக்கொண்டு பேசினாள்... எனக்கு செலவே இல்லாம மைதீன் காஜாவ கல்யாணம் பண்ணி விடுறியா.? இதைக் கேட்டவுடன் அம்மா பத்ரகாளி ஆனாள். உனக்கு பைத்தியம் பிடிச்சு போச்சோ?. அந்தப் பையன் இனிமேல் இங்க வரப்படாது என கத்தினாள்..

அடக்கி வைத்த உணர்வுகளை கொட்ட ஆரம்பித்தாள் நாவூரும்மா. ஊரிலே உள்ளவனுவ கெட்டிகிறதுக்கு பணம் கேக்குறானுவோ, தெருவுல போற எவனாவது கட்டிக்குவானாண்ணு பார்த்தேன்.... ஒருத்தன் வந்தான். அவனும் ரெண்டு பிள்-ளைக்காரன். மைங்காஜாவையாவது கட்டிக்கலாமுன்னு கேட்டேன். அம்மாவும் கவுரவம் பாக்கறா....(இஸ்லாமியச் சிறுகதைகள் ப. 226) என்று புலம்பி விட்டு, பீடி அடுக்க ஆரம்பித்தாள். வறுமையில் வாடுபவர்கள் கூட தன்னைவிட தாழ்ந்த நிலையில் உள்ளவர்களை வெறுக்கிறார்கள் என்ற நிலையை நாவூரும்மாவின் அம்மா கதாபாத்திரத்தின் வழியே எழுத்தாளர் நமக்கு விளக்குகிறார்.

முடிவுரை

தமிழ்ச் சிறுகதை உலகில் இஸ்லாமியச் சிறுகதைகள் ஒரு தனி இடத்தை பெற்றுள்ளன. இக்கதைகளில் எழுத்தாளர்கள் இஸ்லாமிய விழுமியங்களையும், சமூக சிக்கல்களையும், அதற்கான தீர்வுகளையும் ஆங்காங்கே பதிவு செய்து வைத்திருப்பதை இக்கட்டுரை ஆய்ந்து கூறியுள்ளது.

9

நற்றிணையும் மரங்களும்

உலகில் வாழும் அனைத்து உயிர்களுக்கும் பொதுவாக உள்ள குணம் அன்பு கொள்வது. ஒரு மனிதன் தன் குடும்பத்தாரை, உறவினர்களை, நண்பர்களை நேசிப்பது, அக்கறை கொள்வது இயல்பான ஒன்று. இதனையும் தாண்டி சங்க கால மக்கள் இயற்கையை விரும்பினர். குறிப்பாக மரங்களை நேசித்தனர். தம் உறவாக எண்ணினர். தம் செய்யுள்களில் பாடுபொருளாக்கினர். தம் கருத்தை விவரிக்க மரங்களை உவமையாக்கி மகிழ்ந்தனர். இவ்வாறாக சங்க கால மனி-தர்களுக்கும் மரங்களுக்கும் உள்ள தொடர்பை நற்றிணை வாயிலாக ஆராய்வது இக்கட்டுரையின் நோக்கம். .

வழிபாடு

மக்கள் இயற்கையைக் கடவுளாக வணங்கி வருகின்றனர். கடவுள் மரங்களில் உறைந்துள்ளார் என்ற நம்பிக்கை இன்றும் மக்களிடம் உள்ளது. மக்கள் மரங்களில் தெய்வத்தின் உருவங்களை வைத்து வணங்கி வருகின்றனர். இதனை இலக்கியங்-கள் பதிவு செய்துள்ளன.

"மரங்களை வழிபட்ட நிகழ்ச்சிகளை இலக்கியங்கள் கூறுகின்றன. அரசமரம் தெய்வத்தன்மை உடையதாகக் கருதப்படுகிறது" என சோமலே கூறுகிறார். (சோமலே, தமிழ்நாட்டு மக்களின் மரபும் பண்பாடும் ப.54)

ஆலமரம்

கடவுளுக்குப் படைக்கப்பட்டப் பலிச்சோற்றை ஆலமரத்துக்குக் கீழ்வைப்பர். அதனை ஏராளமான காகங்கள் உண்ணும். அதில் அதிகமான ஊன் துண்டுகள் இருக்கும் என்பதை,

"நெடுவீழ் இட்டகடவுள்ஆலத்து

உகுபலஅருந்தியதொகுவிரநற்காக்கை” (நற்றிணை.343:4-5)

“மாசுஇல்மரத்தபலிஉண்காக்கை” (நற்றிணை.281:1)

என்ற வரிகளில் காண முடிகிறது. ஆலமரத்தின் கீழ் உள்ள தெய்வங்களை வணங்குவதும் பிறகு பலிச் சோறு படைக்கப்படுவதையும் மேற்காண் வரிகளின் மூலம் அறிய முடிகின்றது.

உணவிற்குப் பயன் தரும் மரங்கள்

உணவு உடை இருப்பிடம் என இம்மூன்றும் மனிதனின் அத்தியாவசிய தேவைகள் ஆகும். மனிதன் கால மாற்றத்திற்கு ஏற்ப உணவு தானியங்களைப் பயிரிட ஆரம்பித்தான். அன்று முதல் இன்று வரை அவனது உணவுத் தேவை- யைப் பூர்த்தி செய்வதில் மரங்களின் பங்கு அதிகமாக உள்ளது. மரத்திலிருந்து கிடைக்கும் காய் கனிகள் மனிதர்களுக்கு மட்டுமின்றி மற்ற உயிரினங்களுக்குப் பயன்பட்டதை சங்க இலக்கியங்கள் நமக்கு உணர்த்துகின்றன. நற்றிணையில் உள்ள மரங்கள் மக்களின் உணவுத் தேவையை நிறைவேற்றின என்பதை பல பாடல்கள்வழி அறிய முடிகின்றது.

விளாம் பழம்

பாலை நிலத்தில் செல்லும் மக்கள் வழியில் கிடைக்கும் விளாம் பழங்களை உண்பார்கள் என்பதை “உடும்புஅடைந் தன்னநெடும்பொரிவிளவின்” (நற்- றிணை.24:2) என்ற வரி கூறுகின்றது.

தலைவன் பொருள் தேடலுக்காகத் தலைவியைப் பிரிந்து பாலை வழியில் செல்கிறான். புறப்படும் முன்பு விளாம் பழங்களை உணவாகக் கொள்ளும் காட்டு வழியில் நான் செல்கிறேன் எனத் தலைவியிடம் கூறுகிறான். இதன்மூலம் பொரு- ளீட்டச் செல்லும் தலைவனுக்கு வழியில் கிடைக்கும் பழங்களே உணவுத் தேவை- யைப் பூர்த்தி செய்தன என்பது புலனாகிறது.

நெல்லிக்கனி

நெல்லிக்கனிகள் மிகவும் சிறியதாகவும் புளிப்புச் சுவையுடனும் இருந்தாலும், இதனை மக்கள் விரும்பி உண்டார்கள் என்பதை,

சுவைக்காய்நெல்லிப்போக்குஅரும்பொங்கர்.. (நற்றிணை.271:5)

என்ற வரி கூறுகின்றது. தலைவனைத் தேடி தன் இல்லம் விட்டு வெளியே வந்த தலைவி, வழியில் நெல்லி மரத்தில் இருந்து வீழ்ந்து கிடந்த நெல்லி மரக்- கனிகளை உண்டு, சுனையில் நீர் பருகுகின்றாள். நெல்லிக்கனிகளும் பசி தீர்க்க உதவும் என்பதை மேற்காண் வரிகள் மூலம் உணரமுடிகின்றது.

உறவாகும் மரங்கள்

மனிதர்கள் சக மனிதர்களை உறவாக நினைப்பர். சிலர் நாய் பூனை போன்ற பிராணிகளை உறவாக எண்ணுவர். ஆனால் சங்கத் தமிழர்கள் மரங்களை உறவாக எண்ணி வாழ்ந்ததை நற்றிணை பதிவு செய்கிறது.

ஏழு வயது சிறுமி கடற்கரை மணலில் புன்னைக் காயை மணலில் மறைத்து வைத்துக்கொண்டு விளையாடுகின்றாள். மழை பெய்ததால் வீட்டிற்கு வந்துவிடு-கின்றாள். ஒரு வாரம் கழித்து சென்று பார்த்த போது தான் மறைத்து வைத்த புன்னை விதை முளைத்து விட்டதைக் கண்டு மகிழ்ந்து அதை எடுத்துத் தன் வீட்டின் பின் தோட்டத்தில் வைக்க அது வளர்கின்றது. அச்சிறுமியும் வளர்ந்து திருமணமாகி ஒரு குழந்தையும் பெறுகின்றாள்...

அப்பெண் தன் குழந்தையிடம் தான் வளர்த்தபுன்னை மரமே தனது முதல் குழந்தை எனவும், அம்மரமே உன்னுடைய அக்கா எனவும் கூறுகின்றாள். பிறகு அக்குழந்தை பெரியவளாகி தன் காதலனுடன் அப்புன்னை மரத்தடியில் பேச நாணுகிறாள். இவ்விடத்தில் அவள் புன்னை மரத்தைத் தன் சகோதரியாகக் கரு-துகின்றாள். இங்கு மரத்தைத் தன் குழந்தையாகப் பார்த்த தாயையும் சகோதரியாக எண்ணிய மகளையும் காண முடிகின்றது. இப்பண்பு மற்றெங்கும் காண முடியாத உயர் பண்பு ஆகும். இந்நிகழ்ச்சியை,

விளையாடுஆயமொடுவெண்மணல்அழுத்தி

மறந்தனம்துறந்தகாழ்முளைஅகைய

நெய்பெய்தீம்பால்பெய்துஇனிவளர்ப்ப

நும்மினும்சிறந்தது; நுவ்வைஆகும்என்று

அன்னைகூறினாள்,புன்னையதுசிறப்பே

அம்மநாணுதும். நும்மோடுநகையே".......(நற்றிணை.172)

என்ற நற்றிணைப் பாடல் உரைக்கின்றது.

உறைவிடங்களுக்கு உதவும் மரங்கள்

உணவு உடை உறைவிடம் என்ற வரிசையில் வீடு என்பது மனிதனுக்கு அவசியமான ஒன்றாகும். ஆதி மனிதன் குகைகளிலும் மரங்களின் அடியிலும் வாழ்ந்தான். பின்னர் உணவு மற்றும் பிற தேவைகளுக்காக நாடோடி வாழ்க்கையை வாழ்ந்தான். வெட்ட வெளியில் மூங்கில்களை நட்டு வைத்து வளைத்து அதன் மீது இலைதலைகளை மூடி அதில் குடியேறினான். படிப்படியாகக் குடிசைகள் கட்டி அதில் குடியிருக்கலானான். இப்படியாக நற்றிணை மக்களின் வாழ்வில் உறைவிடத் தேவையில் மரங்கள் முக்கியப் பங்கு வகித்துள்ளன.

"சங்ககாலமக்கள்வாழும்குடிசைகள் - வஞ்சிகாஞ்சிஎன்னும்மக்களின்வெண்-மையானகொம்புகளுடன்குகாரிக் கச்சித்தட்டையும்வரிச்சாகக்கொண்டுகட்டப்பட்டி-ருக்கும்" (மு.சண்முகம் பிள்ளை சங்கத் தமிழர் வாழ்வியல் ப.19) என்ற மு.சண்-முகம் பிள்ளையின் கூற்று இதனை மெய்ப்பிக்கின்றது.

தாழை மரம்

தாழை மரத்தைக் கொண்டு குடிசை வேயப்படும் பழக்கம் இருந்தை , தடந்-தாட்டாழைக்குடம்பைநோனாத்" (நற்றிணை.270:1)

என்ற வரி உணர்த்துகின்றது.

சங்ககால மக்கள் தாழையின் அடிப்பகுதியை உடைய தூறுகளால் வேயப்பட்ட குடிசைகளில் வாழ்ந்தனர் என்பதை மேற்காண் பாடல் வழி அறிய முடிகின்றது.

வேங்கை மரம்

சேணோன்இழைத்தநெடுங்காற்கழுதில்'' (நற்றிணை.276:5)

.... வேங்கைப்

பாஅமைஇதணம்ஏறி,பாசினம்'' (நற்றிணை. 373:6-7)

என்ற வரிகளின் வழியே மக்கள் வேங்கை மரத்தில் கட்டிய பரப்பு அமைந்த பரண் மீது ஏறி திணைப் புனத்தில் திணையை உண்ணவரும் கிளி இனத்தை விரட்டுவார்கள் என்றும் அப்படி அமைக்கப்பட்டிருந்த பரண்களை மயில்கள் இருப்பிடமாகக் கருதி தங்கும் என்பதையும் அறிகிறோம். மேலும் தலைவியும் இப்-பரணில் தங்குவாள் என்பதை

''வேங்கைஅம்கவட்டிடைச்சாந்தின்செய்த'' (நற்றிணை.351:6)

என்ற பாடல் வரி எடுத்தியம்புகின்றது. மரங்கள் தங்கும் பரண் அமைக்க பயன்பட்டதையும் அங்கு ஆணுக்குச் சமமாகப் பெண் தங்கியிருத்தலையும் மேற்-காண் பாடல் வழியே உணர முடிகிறது.

பனை மரம்

அக்கால மக்கள் வீட்டின் கூரையை பனை ஓலையால் அமைத்திருந்தனர். இதனை

''அட்டில் ஓலை தொட்டனை நின்மே'' (நற்றிணை.300:12)

என்ற வரி எடுத்துக்காட்டுகின்றது. குடிசைகள் அமைக்க பனையைப் பயன்ப-டுத்தியது இதன்வழி புலனாகிறது. அன்று தொடங்கிய இம்முறை இன்றும் பயன்-பாட்டில் இருந்து வருகின்றது. இதனை மெய்ப்பிக்கும் நோக்கில்

''விடிலிளன்பதுமுழுக்கமுழுக்கபனைஓலைகள்,பனைமட்டைகள்,பனந்தடிக-ளால்கட்டப்படும்குடிசையாகும். பனையேறிக் குடும்பம்தற்போதும்இக்குடிசை-யைக்கட்டுகிறார்கள். (இந்து தமிழ் நாளிதழ் 08.08.2018 ப.1 - நிலமும் வளமும் பகுதி திருச்சி பதிப்பு) என்ற செய்தி உள்ளது.

காவல் மரங்கள்

பண்டைய காலத்தில் தமிழரசர்கள் வெற்றியின் அடையாளச் சின்னமாக ஒரு மரத்தைத் தமது கோட்டைகளின் சோலைகளில் வைத்து வளர்த்து அதனைப் பாதுகாப்பார்கள். இதுவே காவல் மரம் ஆகும். படையெடுத்து வரும் எதிரி மன்-னர்கள் அக்காவல் மரத்தையே முதலில் வெட்ட முற்படுவார்கள். காவல் மரம் வெட்டப்பட்டால் அம்மரத்துக்குரிய அரசருக்குப் பெருந்தோல்வியும் பேரவமானமும் ஏற்பட்டதாகக் கருதப்படும்.

"தமிழ் வேந்தர்கள் வெற்றியைக் குறிக்கும் மரமாகக் கடம்ப மரம், புன்னை மரம்,கணைய மரம், வேப்பமரம்,மாமரம்,வாகைமரம்முதலியமரங்களைபோற்றிவந்-தனர்". (மு.சாந்தி அகநானூற்றில் காவல் மரங்கள் முத்துக்கமலம் இணைய இதழ் ப.1)

மன்னனது மாபெரும் வீரத்தின் அடையாளச் சின்னமாக மரங்கள் அமைந்தி-ருந்ததை இதன்வழி உணர முடிகின்றது.

புன்னை மரம்

ததியன் என்ற மன்னனுக்கு புன்னை மரம் காவல் மரமாக இருந்தது என்று நற்றிணை கூறுகின்றது. இதனை

"இருபெரு வேந்தர் பொருளகத்து ஒழித்த

புன்னை விழுமம் போல" (நற்றிணை.180:7-8)

என்ற வரிகள் எடுத்துக்காட்டுகின்றன. அன்னி என்ற மன்னன் திதியனின் மீது போர் தொடுத்து முதலில் திதியனின் காவல் மரமான புன்னை மரத்தை வெட்டி வீழ்த்துகிறான். இவ்வாறக இரு மன்னர்கள் சண்டையில் புன்னை வீழ்த்தப்பட்ட-தைப் போல தலைவன் தலைவிக்கு இடையில் ஏற்பட்ட சச்சரவால் நான் இறந்து விடுவேன் என தோழி கூறுகிறாள்.

மற்றெல்லாப் பொருட்களையும் விட மரங்களைச் சங்ககால மன்னர்கள் உயர்-வாகக் கருதியதால் தான் மரங்களைக் காவல் மரங்களாக அமைத்து, வீரத்தின், மானத்தின் குறியீடாக்கினர் என்பது புலனாகிறது.

மருந்தாகும் மரங்கள்

சங்க கால மக்கள் தங்களைப் பீடிக்கும் நோய்களிலிருந்து தம்மைக் காக்க மரம், செடி, கொடிகளைப் பயன்படுத்தியுள்ளதை

"மரம்சா மருந்தும் கொள்ளார் மாந்தர்" (நற்றிணை.226:1)

என்ற பாடல்வரி மூலம் அறிய முடிகின்றது. மக்கள் தமக்கு மருந்து தந்து உதவும் மரத்தை முழுவதுமாகப் பட்டுப் போகும்படி செய்யமாட்டார்கள் என்று புல-வர் கணியன் பூங்குன்றனார் நற்றிணையில் கூறுகிறார்.

வாகன பயன்பாட்டில் மரங்கள்

சங்க காலத்தில் உமணர்கள் தம் உப்பை வண்டிகளில் ஏற்றி வீதி வீதியாகச் சென்று விற்பர். இவ்வண்டி முழுக்கவும் மரத்தால் ஆனது. இதற்கு கட்டை வண்டி என்ற பெயரும் உண்டு. இது குறித்து நற்றிணை

"கணநிரை கிளர்க்கும் நெடுநெறிச் சகடம்"(நற்றிணை.4:9)

"உமணர் போகவுலம் இன்னா தாகும்"(நற்றிணை.183:5)

என்ற வரிகளின் வழி உணர்த்துகின்றது. மரத்தினால் செய்யப்பட்ட வண்டிகள் பயணம் செய்ய மட்டுமல்லாது பொருட்களைச் சுமந்து சென்று விற்கவும் பயன்-பட்டது என்பதை மேற்காண் சான்று மூலம் அறிய முடிகின்றது.

சிறு தேர் வண்டி

சிறு குழந்தை தவழ்ந்து நடை பயிலும் போது மர நடை வண்டியில் நடை பழக்குவர். இச்செயல் சங்க காலம் தொட்டு நடைபெறுகின்றது.

"தேர்நடை பயிற்றும் தேமொழிப் புதல்வன்" (நற்றிணை.250:3) என்ற வரியின் வழியே, மரத்தினால் ஆன, பரல்கள் உள்ள கிண்கிணிகள் ஒலிக்கும் சிறிய தேரைப் பற்றிப் பிடித்து குழந்தைகள் நடை பயின்றார்கள் என்ற செய்தியை உணர முடிகின்றது.

முடிவுரை

மனித வாழ்க்கையின் ஒவ்வொரு தருணத்திலும் ஏதேனும் ஒரு வகையில் மரங்கள் மனிதனுக்கு நேரடியாகவோ மறைமுகமாகவோ பயன் தருவதை நற்றிணை பாடல்கள் நமக்குத் தெளிவாகக் காட்டுகின்றன. மரம் இல்லையேல் மனிதன் இல்லை என்பதைத் தெள்ளிதின் உணர முடிகின்றது.

10

விந்யாசாகரின் ஓட்டைக் குடிசையில் சமூக சிந்தனை

ஓவ்வொரு தனி மனிதனின் வாழ்விலும் பல்வேறு சம்பவங்கள் அரங்கேறு-கின்றன. அவற்றுடன் சற்று கற்பனை கலந்து சுவைபடக் கூறும்போது சிறுகதை-களாக மலர்கின்றன. இக்கால இலக்கியங்களில் அனைவராலும் விரும்பப்படுவது சிறுகதைகள் ஆகும். படிப்பவர்கள் உள்ளத்தில் மாற்றத்தையும், புதிய சிந்தனை-யையும் ஏற்படுத்தும் இச்சிறுகதைகளில் பல எழுத்தாளர்கள் சமூக விழிப்புணர்வு சார்ந்த கருத்துக்களை எழுதி வருகின்றனர். அவ்வரிசையில் எழுத்தாளர் வித்யா-சாகர் அவர்கள் இடம் பெறுகிறார்.

இவர் சிறந்த சிறுகதைகளைத் தந்தது மட்டுமல்லாது, சிந்திக்கக்கூடிய கருத்-துக்களையும், மனிதநேயமிக்க பண்புகளையும், உணர்வுகளோடு எடுத்துக்காட்டி சமூக மாற்றத்திற்கு வழி ஏற்படுத்தி வருகிறார். இவர் எழுதிய ஓட்டைக் குடிசை சிறுகதைத் தொகுப்பில் 13 சிறுகதைகள் இடம்பெற்றுள்ளன. இத்தொகுப்பிற்கு முத்துமீரான் விருது கிடைத்திருப்பது கவனத்துக்குரியது. இவ்வாறாக வித்யாசாக-ரின் ஓட்டைக் குடிசை சிறுகதையில் சமூகச் சிந்தனைக் கருத்துக்களை ஆராய்-வதே இக்கட்டுரையின் நோக்கமாகும்.

பன்முகப் படைப்பாளர் வித்யாசாகர்

தோன்றின்புகழொடுதோன்றுகஅஃதிலார்

தோன்றலின்தோன்றாமைநன்று (திருக்குறள் - 236)

என்ற வள்ளுவனின் குறளுக்கிணங்க பிறந்து புகழோடு வாழ்ந்து வருபவர் எழுத்தாளர் வித்யாசாகர். ஐம்பதுக்கும் மேற்பட்ட புத்தகங்களை எழுதியுள்ள இவர் பல விருதுகளை வாங்கிக் குவித்துள்ளார். சமூகத்திற்கானசேவையி-லும்தன்னைமுன்னிலைப்படுத்திக்கொண்டுள்ளார். வர்தாபுயலின்போதும், இலங்கை-யில்வந்தமழைவெள்ளத்தின்போதும்பலருக்குபலஉதவிகள்புரிந்துள்ளார். அனைத்-திற்கும்முத்தாய்ப்பாய்வேலூரில்உள்ளஅரசுமேல்நிலைப்பள்ளிஒன்றில்வகுப்-பறையைமெய்நிகர்வகுப்பறையாகமாற்றித்தந்திருக்கிறார். (வித்யாசாகர் - ஞானமடா நீயெனக்கு ப. 140)

வறுமை, பாசம், ஆசை, ஏமாற்றம், எதார்த்த வாழ்க்கை, நம்பிக்கை, வெளி-நாட்டு வேலை, பெண்களுக்கு எதிரான பாலியல் சுரண்டல்கள் போன்றவற்றை கதைக்குப் பின்புலமாக்கி நமக்கு படிப்பினையூட்டுகிறார் ஆசிரியர்.

வறுமை

இன்று நடுத்தர மக்களின் வாழ்க்கையில் வறுமை வந்து போய்க் கொண்-டுள்ளது. உழைக்கும் பணத்தை மிச்சப் படுத்த முடியாத நிலை. அதிகப்படியான தேவைகளைக் கனவில் மட்டுமே காணக்கூடிய சூழல். இந் நிலையில் வாழும் ஒரு பேரன், தன் தாத்தாவுக்கு மூக்குக் கண்ணாடி வாங்குவதற்காகப் பட்ட சிரமங்க-ளைத் தாத்தாவின் மூக்குக் கண்ணாடி ரொம்ப புதுசு என்ற சிறுகதை வாயிலாக ஆசிரியர் விளக்குகிறார்.

பேரன் மூக்குக் கண்ணாடி வாங்குவதற்காக திட்டமிடும்போது... வாங்குவீங்க வாங்குவீங்க கண்ணாடி.... இங்க பாருங்க இந்த மாதம் கரண்ட் பில் கட்டலைனா பீச புடிங்கிடுவொங்கலாம். இவனுக்கு வேற பீஸ் இப்பவே கட்டியாகணுமாம். பள்-ளிக்கூடத்தில சொல்லிவிட்டிருக்காங்க. ஆறாவது போறானாம், பணம் கொஞ்சம் அதிகமா கட்ட வேண்டியிருக்குமாம். வீட்ல ஒரு பொருள் இல்லீங்க. காலையி-லிருந்து வருவீங்க வருவீங்கன்னு உட்கார்ந்திருக்கேன். (வித்யாசாகர் - ஞானமடா நீயெனக்கு ப. 12) என அவன் மனைவி கத்த ஆரம்பிக்கிறாள். கண்ணாடி வாங்-கும் திட்டமும் தள்ளிப்போகிறது.. இக்கதையில் நடுத்தர மக்களின் சிரமங்கள் நம் கண்முன் வந்து போகிறது.

ஏமாற்றம்

இந்த நவீன யுகத்தில் படித்தவரகளையும் அறிவாளிகளையும் ஏமாற்றுவதற்கு ஒரு கும்பல் அலைந்து கொண்டிருப்பதை திருநெல்வேலி அல்வாவும் பல கோடிப் பணமும் என்ற சிறுகதை வாயிலாக ஆசிரியர் நமக்கு விளக்குகிறார்.

இனியன் என்ற லட்சிய நாயகனுக்கு ஒரு மின்னஞ்சல் வருகிறது. அதில் உங்களுக்குப் பல கோடி ரூபாய் பரிசு கிடைத்துள்ளது அதை நீங்கள் பெற்றுக்-கொள்ளச் செலவீனமாக இரண்டு லட்சம் ரூபாய் அனுப்பினால் போதும். உங்கள் கணக்கில் கோடி ரூபாய் வந்து விழும் என்ற செய்தி இருந்தது.எப்படியோ பணத்-

தைப் புரட்டிக் கட்டிய பிறகு காத்திருந்து காத்திருந்து காலம் போனதுதான் மிச்-சம் கோடி ரூபாய் பணம் கிடைக்கவே இல்லை தான் ஏமாற்றப்பட்டதை உணரும் பொழுது இரண்டு லட்சம் ரூபாய்க்குக் கடன்காரன் ஆகிவிட்டான். இக் கதையின் வாயிலாக வாசகர்கள் யாரும் இதுபோல் ஏமாந்து விடக்கூடாது என்பதை ஆசிரி-யர் மறைமுகமாக எச்சரிக்கிறார்.

பாலியல் கொடுமைகள்

பெண்கள் ஆபாசமாக பயன்படுத்தப் படுவதையும் அப்பெண்களை ரசிக்கச் சென்று எல்லை மீறி நடப்பதையும் இது காமம் சொன்ன கதை வாயிலாக ஆசி-ரியர் எடுத்துக் காட்டுகிறார்.

ஒரு வட இந்திய உணவகத்தில் வெள்ளை வெளேரென்று ஐந்து பெண்கள் பணிபுரிகிறார்கள் அவர்களின் இறுக்கமான உடை கவர்ச்சியான சிரிப்பு கவர்ச்சி-யான சிரிப்பு காமம் நிறைந்த பார்வை ஆகியவற்றால் பலர் கவிழ்ந்து விட்டார்கள். அதில் காளமேகமும் ஒருவன். ஒரு கட்டத்தில் ஒரு பெண் மீது அவன் கை வைக்க, அவனைத் தூக்கி வெளியே வீசி விடுகிறார்கள்....ஆண்களின் சபலப் புத்தியை வியாபாரத்தின் முதலீடாகப் பயன்படுத்துவதை ஆசிரியர் தோலுரித்துக் காட்டுகிறார்.

வீட்டு வேலைக்காக வெளிநாடுகளுக்குச் செல்லும் பெண்கள் அங்கு தம் கற்பை இழக்கக்கூடிய சோகத்தைக் கத்தாமா என்ற கதை விளக்குகிறது

கணவனை இழந்து பெண் குழந்தையுடன் வாழும் மீரா ஒரு பட்டதாரிப் பெண். வெளிநாட்டில் நல்ல வேலை கிடைக்கும் என்றெண்ணிப் பயணப்படுகிறாள். அங்கு வீட்டு வேலை செய்யக்கூடிய பணி மட்டுமே கிடைக்கிறது. தம் வறுமையைக் குறைக்கப் பலவந்தமாய்த் தம் கற்பைக் கரைக்க வேண்டிய சூழலை ஆசிரியர். அவளின் அறைக்குச் சென்று அவளை எங்கே என்று கேட்கிறான். அவர்கள் ஏதோ சொல்ல.. குளியலறை நோக்கி வந்து கொண்டிருக்கிறான். மீரா இனி இழக்கப்போகும் மானத்தை இழுத்து இழுத்து மூடிக்கொண்டு குளிக்கும் தண்ணீரில் மறைந்த கண்ணீரின் சப்தமாக நின்றிருந்தாள். (வித்யாசாகர் - ஞானமடா நீயெ-னக்கு ப. 68) என்ற வரிகளில் உணர்த்துகிறார்.

நம்பிக்கை

தான் செய்து வந்த மேலாளர் பணியை விட்டுவிட்டு சமூகம் பற்றி எழுதுவதே தன் தலையாய கடமை என்று எழுத்து உலகிற்கு வந்தவர் ஜானகிராமன். நூறு புத்தகங்களுக்கு மேல் எழுதியும் தனக்கான அங்கீகாரமும் பாராட்டும் கிடைக்கா-மல் தன்னுடைய அன்றாட வாழ்வைக் கழிக்கவே சிரமப்படும் முதியவராக இருந்-தார்.

எப்படியும் ஒரு நாள் இந்த உலகம் தம் எழுத்துக்களுக்கு அங்கீகாரம் கொடுக்கும் என்ற நம்பிக்கை அவருக்குள் வேரூன்றி இருந்தது. கடைசியாக

அந்த நம்பிக்கையும் நீர்த்துப் போகும் முன் அவருக்கு வாழ்நாள் சாதனையாளர் விருதும் பத்து லட்சம் ரூபாய் பரிசுப் பணமும் கிடைக்கிறது. இதை வைத்-துக்கொண்டு அவர் மனைவியின் நோயை குணப்படுத்திவிடலாம் என்றெண்ணும் போது அவரின் மனைவி இறந்த செய்தி கிடைக்கிறது. அவரும் கீழே விழுந்து இறந்து போகிறார். அவர் விழுந்த அதே கணத்தில் அதை வாசிக்கும் வாசகர்-களின் கண்களில் இருந்தும் கண்ணீர் வடிந்து விழுகிறது. உண்மையில்; நானும் அழுதுவிட்டேன்.

படைப்பாளி பார்க்கிற பழகுகிற பாதிப்பு ஏற்படுத்துகிற ஒவ்வொரு நிகழ்வும் சிறுகதை தான் என்கிறார் வாசவன். இவ்வகையில் கதையோடு வாசகனை ஒன்றச் செய்வதில் இக்கதையின் ஆசிரியர் வித்யாசாகர் உயர்ந்து விட்டார்

முடிவுரை

மேற்கூறிய ஆய்வுக் கருத்துக்களின் படி வித்யாசாகரின் ஓட்டைக் குடிசை சிறுகதையில் சமூக சிந்தனைக் கருத்துக்கள் பரவிக் கிடக்கின்றன என்பதை அறி-யலாம்

11

ஆய்வு நோக்கில் இஸ்லாமியச் சிறுகதையியல்கோட்பாடு

ஆய்வுச்சுருக்கம்

இஸ்லாமியச் சிறுகதையியல் கோட்பாடு என்பது இஸ்லாமியச் சிறுகதைகளில் சமூகச் சிந்தனைகளும், சமூகச் சிக்கல்களும், தீர்வுகளும், இஸ்லாமிய விழுமி-யங்களும் நிறைந்திருக்கின்றன என்பதாகும். இக்கோட்பாட்டையே கருதுகோளாக-க் கொண்டு இக்கட்டுரை ஆய்வு செய்யப்பட்டுள்ளது. முதிர் கன்னிகளின்ஏக்கம், நற்குணம், மாற்றாந்தாயின்மாறாதபாசம், கைம்பெண் மறுமணம், பெண்ணுரிமை, குடும்ப பாரம்,வறுமை, கண்டெடுத்த பொருள், தொழிலாளர்கள்மீதான அடக்கு-முறை, வறுமை மற்றும் தாய்மை ஆகியவற்றை உட்தலைப்புகளாகக் கொண்டு ஆராயப்பட்டுள்ளது. கட்டுரையின் பக்க எண்ணிக்கையைக் கணக்கில் கொண்டு ஒவ்வொரு சிறுகதையும் சுருக்கமாக ஆய்வு செய்யப்பட்டுள்ளது.

ஆய்வுக் களம்

இஸ்லாமிய இலக்கியக் கழகத்தால் வெளியிடப்பட்ட இஸ்லாமியச்சிறுகதைகள் எனும் தொகுப்பில் இடம்பெற்ற ஜே.எம்.சாலி ப╴ழுதிய **நெருஞ்சிப்பூ** , ஷேக்கோ எழுதிய **மாடிவீட்டுமாப்பிள்ளை**, கருணா மணாளன் எழுதிய **மௌனத்தின்நாவுகள்**, ஏ.ஏ.ரஷீத் எழுதிய **உபகாரம்**, வி.நூர்.முகமது எழுதிய **சம்மதமா?**, சி.ஜே.ஷாஜ-ஹான் எழுதிய **பரீதா வேலைக்குப் போகிறாள்**, ஆளூர் ஜலால் எழுதிய **நாஅூ-ரம்மா**, ஆர்னிகா நாசர் எழுதிய **கண்டெடுத்த பொருள்**, இருகூரான் எழுதிய **சோறு** மற்றும் தூயவன் எழுதிய **மடி நனைந்தது** ஆகிய பத்து சிறுகதைகள் இந்த

ஆய்வுக்காக எடுத்தாளப்பட்டுள்ளன.

கலைச்சொற்கள்

இஸ்லாம், சிறுகதை, வரதட்சணை, சோறு, திருமணம், சித்தி, ஏக்கம், வறுமை, முதிர்கன்னி, கோட்பாடு, மாப்பிள்ளை, ஆடு, வேலை, தாய்மை, பெண்-ணுரிமை

முன்னுரை

மணிக்கொடி என்ற இலக்கிய இதழின் மூலம் தமிழில் சிறுகதைகள் எழுச்சி-யுற்ற போதிலும் தமிழ் இஸ்லாமியச் சமூகத்தில் சிறுகதை இலக்கியம் அப்போது தோன்றவில்லை. இஸ்லாமிய எழுத்தாளர்களும் பெரிதாக ஆர்வம் காட்டவில்லை. அதற்குக் காரணம் இலக்கியப் படைப்பானது இஸ்லாமியக் கோட்பாடுகளை மீறிச் சென்று விடுமோ என்ற குற்ற உணர்ச்சி இஸ்லாமிய சமூகத்திடம் மிகைத்து இருந்-தது. ஒரு கோட்பாட்டை தவறாக எழுதுவது, தவறாக புரிந்து கொள்வது என்ற இரண்டு வகை நிலைப்பாடுகள் இருக்கும். இதில் இரண்டாவது வகை மக்களி-டையே மிக வேகமாகப் பரவி விட வாய்ப்புண்டு. இப்படிப்பட்ட சூழலில் இஸ்லா-மியச் சிறுகதைகளை எழுதுவதற்காகத் துணிந்து, தொடர்ந்து எழுதி வந்தவர்களை நாம் பாராட்டியே ஆகவேண்டும்

முதிர்கன்னிகளின் ஏக்கம்

சில குடும்பங்களில் கன்னிப் பெண்களுக்குத் திருமணம் தள்ளிப் போய்க் கொண்டே இருக்கும். அச்சூழலில் அப்பெண்களின் ஏக்கத்தை வார்த்தைகளில் வடிக்க இயலாது. இதற்குச் சற்று அடுத்த நிலையாக ஒரு குடும்பத்தில் இளைய-வளுக்குத் திருமணம் நிகழ்ந்து, மூத்தவள் கன்னியாகவே இருந்து கொண்டு தங்-கையின் திருமண வாழ்வை ஏக்கத்தோடு பார்க்கும் காட்சிகளையும், மூத்தவளின் இதயக் குமுறல்களையும், அவளின் நிறைவேறாத ஆசைகளையும் ஜே.எம்.சாலி தன்னுடைய நெருஞ்சிப்பூ என்ற சிறுகதையின் வாயிலாக நமக்கு உணர்த்துகிறார்.

ஜூபைதாவும், முனீராவும் இணைபிரியாத அக்கா தங்கைகளாக இருந்தார்கள். ஜூபைதாவை பெண் பார்க்க வந்த மாப்பிள்ளை, தங்கை முனீராவை பிடித்திருக்-கிறது என்று சொல்ல... குடும்பத்தில் ஒரே குழப்பம். ஜூபைதாவே அனைவரையும் சமாதானம் செய்து, இது நல்ல சம்பந்தம். இதை விட்டால் நமக்குத்தான் நஷ்-டம். எனவே தங்கையின் படிப்பு முடிந்தவுடன் அடுத்த வருடம் இத்திருமணத்தை நடத்தி விடலாம் என்றாள். தந்தையும் யோசித்துப் பார்த்தார். மூத்தவள் சொல்-வது சரிதான். இவளுக்கும் ஒரு வரன் பார்த்து, இருவரின் திருமணத்தையும் ஒரே மேடையில் வைத்து விடவேண்டும் என்று முடிவு செய்து விட்டார்.

அதற்குப் பிறகு பல வரன்கள் வந்துவிட்டன. எதுவும் மூத்தவளுக்கு பொருந்-தவில்லை. சுபைதாவுக்கு வயது ஏறிக் கொண்டே இருக்க, முனீராவுக்கு திருமணம் முடிந்துவிட்டது. அடுத்த பதினைந்தாவது நாளில் ஜூபைதாவுக்கு நல்ல வரன்

ஒன்று வந்தது. திருமணம் நடக்க இருந்த கடைசி நேரத்தில் சீர்வரிசை போதவில்லை என்று மாப்பிள்ளை வீட்டார் திருமணத்தை நிறுத்தி விட்டுச் சென்று விட்டார்கள்... இதனால் ஜூபைதா திருமணத்தையே வெறுக்க ஆரம்பித்தாள். இந்தவாழ்க்கையேவேண்டாம். காசுபணத்துக்குச்சந்தைக்கடைச்சரக்குமாதிரிவிலைபேசிவாங்குகிறவர்களோடுமனங்கலந்துஉன்னால்வாழமுடியாது. உணர்ச்சியற்றவர்களோடுவாழ்வதைவிடஊமைப்பெண்ணாகவேஇருக்கிறேன். உங்கள்அமைதியைக்குலைக்கிறஎந்தகாரியத்திற்கும்நான்உடந்தையாகமாட்டேன்...அத்தா(இஸ்லாமியச் சிறுகதைகள் ப. 180) என்று ஜூபைதா கெஞ்சினாள். வரதட்சணையால் திருமண வாழ்க்கை மறுக்கப்படும் கன்னிப்பெண்களின் இதயக் குமுறலை எழுத்தாளர் இங்கு அழகாக வடித்துள்ளார்.

அடுத்த வருடத்திலேயே கர்ப்பம் தரித்த முனீரா பிரவசத்திற்காக தாய்வீடு வந்துவிடுகிறாள். அவளை தாயன்போடு கவனித்து வருகிறாள் ஜூபைதா. ஒருநாள் வீட்டில் யாரும் இல்லாத நேரத்தில் திடிரென்று வந்து நின்றவன் ஜூபைதாவின் பள்ளி பருவத்து நண்பன் சித்திக். வீட்டில் யாரும் இல்லையா? நான் பிறகு வருகிறேன் என்ற வெட்கம் கலந்த வார்த்தைகளை வீசி விட்டு புறப்பட்டு விட்டான்.

அவன் வந்து போனதிலிருந்து ஜூபைதாவின் உள்ளத்தில் ஒரு தென்றல் வீச ஆரம்பித்தது. ஏற்கனவே இருவரும் ஒருவரை ஒருவர் புரிந்து கொண்டிருந்தார்கள். படிப்பு முடிந்த கையோடு வெளிநாடு சென்று விட்டதால், கடந்த பத்தாண்டுகளாக அவனைப் பார்க்க முடியவில்லை. காலப்போக்கில் ஜூபைதாவும் அவனை மறந்திருந்தாள். இப்போது மீண்டும் அவன் வந்ததில் அவளுக்கு அவ்வளவு மகிழ்ச்சி. சித்திக் தனது வீட்டில் நான் ஜூபைதாவையே திருமணம் செய்து கொள்வேன். ஆனால் இம்முறை வெளிநாட்டுப் பயணம் சென்று முடித்து வந்த பிறகு தான் திருமணம் என்று உறுதிபடச் சொல்லி விட்டான். அதனால் தான் என்னவோ சித்திக் வீட்டுக்குச் சென்ற ஜூபைதாவை அவனுடைய தாயார் மருமகளாகவே பார்க்க ஆரம்பித்துவிட்டார். அவளை அழைத்து தலை நிறைய மல்லிகைப் பூவைச் சூட்டி நெஞ்சோடு அணைத்துக் கொண்டார். வெட்கத்தோடு வீடு திரும்பிய ஜூபைதா, அடுத்து அவன் எப்பொழுது இந்தியா திரும்புவான். எப்போது திருமண வாழ்க்கை துவங்கும் என்று சிந்திக்க ஆரம்பித்தாள்.

இரண்டு மூன்று மாதங்கள் கூட கழிந்திருக்காது. திடிரென்று ஒரு செய்தி. வெளிநாட்டில் நடந்த தொழிற்சாலை விபத்தில் சித்திக் மாண்டு போனான். செய்தியறிந்து அடியற்ற மரம் போல் வீழ்ந்தாள் ஜூபைதா. அதே நேரம் என்ன செய்கிறாய் ஜூபைதா? உன் தங்கைக்கு ஆண் குழந்தை பிறந்திருக்கிறது. சீக்கிரமாக வா.. என்ற சத்தத்தைக் கேட்டு, தனக்காக அழுவதா? இல்லை தங்கைக்காக சிரிப்பதா? என்று தெரியாமல் சோகங்களை மறைத்துக்கொண்டு புன்சிரிப்போடு குழந்தையைப் பார்க்க ஓடி வருகிறாள் முதிர்கன்னி ஜூபைதா. பல முதிர் கன்

னிகளின் திருமணக் கனவு சிதைந்து போவதை ஐபைதா என்ற பாத்திரத்தின் வழியே எழுத்தாளர் ஜே.எம்.சாலி நமக்கு விளக்கியுரைக்கிறார்.

நற்குணம்

ஷேக்கோ எனப்படும் எஸ்.எம்.எஸ் முகமது காசீம் எழுதிய மாடிவீட்டு மாப்பிள்ளை என்ற சிறுகதையில் ஏழை, பணக்காரன் என்ற முரண்பாடு உடைக்கப்படுகின்றது. எஸ்.எம்.புரவிசன் ஸ்டோர் முதலாளி காஜா மைதீனுக்கு ஒரு மகனும் ஒரு மகளும் இருந்தார்கள். மகன் பத்தாவது தேர்ச்சி பெறாததால் தந்தையுடன் கடையில் உதவியாக இருக்கின்றான். இக்கடையில் பத்து வருடங்களுக்கு முன்பு எடுபிடியாக வந்து சேர்ந்தவன் மன்சூர் அலி. கடுமையான உழைப்பால் முதலாளியிடம் நற்பெயர் பெற்றவன். மன்சூர் அலிக்கும் ஒரு தங்கை உண்டு.

ஒருநாள் மன்சூர் அலி நல்லெண்ணெய் டின்னை கொட்டிவிட எண்ணெய் முழுவதும் சாலையில் ஓடி வீணாகி விடுகின்றது. ஆனால் முதலாளி எதுவும் சொல்லவில்லை. சில வாரங்கள் கழித்து முதலாளி, டேய் மன்சூர் உங்க அம்மாவை நான் வரச் சொன்னதாகச் சொல்லு... என்கிறார். மன்சூருக்கு உள்ளத்தில் பயம் கொப்பளித்தது. தான் நல்லெண்ணையைக் கொட்டிய விஷயத்தை கூறி, எச்சரிப்பதற்காகத்தான் அழைக்கிறார் என்று எண்ணிக்கொண்டான்.

அடுத்த நாள் தன் அம்மாவை முதலாளி வீட்டுக்கு அனுப்பி வைத்தான். அங்கு முதலாளி, தன் மகளுக்கு மன்சூரைத் திருமணம் செய்து வைக்க விரும்புவதாகக் கூறுகிறார். **என்னத்தாதிடிர்ன்டுசொல்றிய...? எனக்குக்கையும்ஓடலெ, காலும்ஓடலெ!.... எங்கிட்டயும்ஒருகுமரு வூட்லெசமஞ்சுஇருக்கு. அதெஒருத்தன்கையிலபுடிச்சுக்குடுத்துப்புட்டுத்தானேத்தா, இவனுக்குஆகவேண்டியதைப்பார்க்கணும்....** .(இஸ்லாமியச் சிறுகதைகள் ப. 54) என்று மன்சூரின் அம்மா படபடவென பேசினாள்.

அதைக்கேட்ட முதலாளி, நீங்க சம்மதிச்சா என் மகள் ஜமீலாவை உங்கள் மகன் மன்சூருக்கு கட்டி கொடுக்கின்றேன். என் மகன் அன்வருக்கு உங்கள் மகள் மரியம் பீவியை கட்டி வைக்கிறேன். ஒரே நாளில் இருதிருமணங்களையும் வைத்துவிடலாம் என்று கூறினார். மன்சூர் அலியின் உறவினர்களிடம் கலந்து பேசி, அம்மா சம்மதம் தெரிவிக்கவே, ஒரு நல்ல நாளில் இரு திருமணங்களும் நிறைவேறின. ஏழை வீட்டு மகனுக்கு பணக்கார வீட்டு மகள் மனைவியாக அமைந்தாள். பணக்கார வீட்டு மகளுக்கு அந்த ஏழை வீட்டு மகன் கணவனாக ஆனான்.

இப்படிப்பட்ட திருமணங்கள் தொடர்ந்து நடந்தால் சமூகத்தில் ஏழை முதிர்கன்னிகள் இருக்க வாய்ப்பே இல்லை என்று ஊர் பேசிக்கொண்டிருந்தது என்று ஆசிரியர் கதையை முடிக்கின்றார். இக்கதையில் நற்குணத்தை மட்டுமே பார்த்து தன் பிள்ளைகளுக்குத் திருமணத்தை முடிக்கும் ஒரு செல்வந்தரின் நல்ல உள்ளத்தையும், திருமணம் நிச்சயிக்கப்படும் பொழுது மண மக்களின் நற்குணத்தையே

பிரதானமாகப் பார்க்கவேண்டும் என்ற இஸ்லாமியக் கருத்தையும் இக்கதை விளக்-
குகின்றது.

மாற்றாந்தாயின் மாறாத பாசம்

ஒருவனுடைய வாழ்க்கையில் நுழையும் இரண்டாவது மனைவி முதல் தாரத்-
துக் குழந்தைகளைத் துன்பப்படுத்தும் நிகழ்வுகள் ஆங்காங்கே நடந்து கொண்டு-
தான் இருக்கின்றன. பொதுவாக சித்தி என்றாலே கொடுமை என்பது எழுதப்படாத
பொருளாக மாறிவிட்டது. இச்சூழலில் மாற்றாந்தாயின் மற்றொரு அன்பு முகத்தை
மௌனத்தின் நாவுகள் என்ற கதை வழியாக கருணா மணாளன் நமக்கு அழகுப-
டச் சுட்டிக் காட்டுகிறார்.

ஃபரீத் மற்றும் ஹபீபா தம்பதியருக்கு ஷகீலா என்ற மூன்று வயதான பெண்
குழந்தை ஒன்று இருந்தது. உடல்நலக்குறைவால் ஹபீபா இறந்துவிட்டாள். ஃபரீத்
அதே பகுதியில் உள்ள விவாகரத்து பெற்ற, நசீர் என்ற பத்து வயது ஆண் குழந்-
தைக்குத் தாயான நஜ்மா என்ற பெண்ணை மறுமணம் செய்து கொள்ள விரும்-
பினான். ஆனால் உறவினர்கள் கடுமையாக இதனை எதிர்த்தனர். உன்னுடைய
இறந்துபோன மனைவி ஹபீபா மிகவும் இரக்க குணம் வாய்ந்தவள். ஆனால்
இந்த நஜ்மா அப்படியல்ல. இளம் வயதானாலும் வாய்த்துடுக்கு உடையவள். கறா-
ராகப் பேசக்கூடியவள். இவளைத் திருமணம் செய்து கொண்டால் உன் மகள்
ஷகீலாவை சரியாக பார்த்துக் கொள்ள மாட்டாள். எதையும் ஏற்றுக் கொள்ளாத
ஃபரீத் ஆடம்பரமின்றி சிறிய கூட்டத்தைக் கூட்டி, நஜ்மாவை மறுமணம் புரிந்து
கொண்டான்.

திருமண சடங்குகள் அனைத்தும் முடிந்து, அனைவரும் சென்ற பிறகு நஜ்-
மாவின் பையன் நசீரும், ஃபரீதின் குழந்தை ஷகீலாவும் மூலையில் உட்கார்ந்து
விளையாடிக்கொண்டிருந்தார்கள். என் குழந்தையை நம் குழந்தையாக நீ கவனிக்க
வேண்டும் என்ற உறுதிமொழியை ஃபரீத், நஜ்மாவிடமிருந்து பெற்றுக்கொண்டான்.
அதன்பின் நஜ்மாவின் குணம் முற்றிலும் மாறிப்போனது. தன் மகனை கவனிப்-
பதை விட்டுவிட்டு ஃபரீதின் மகளை மிக அதிகமாக நேசித்து, கவனித்து வந்தாள்.
தின்பண்டம் கேட்டு அழும்பொழுது, நசீருக்கு கடலை பொட்டலமும், ஷகீலாவுக்கு
பாதாம் அல்வாவும் வாங்கிக் கொடுத்தாள்.

ஒரு கட்டத்தில் சிறுவன் நசீர் மனம் வெதும்பிப் போனான். தன்னை தாயும்
கவனிப்பதில்லை, தந்தையும் கவனிப்பதில்லை என்று வருந்தி வீட்டை விட்டு
ஓடிப் போய் விட்டான். எங்கு தேடியும் நசீர் கிடைக்கவில்லை. இப்போதுதான்
முதன்முறையாக நசீருக்காக நஜ்மா அழ ஆரம்பித்தாள். அழுதுகொண்டே பேச
ஆரம்பித்தாள்.

சிறுவயது முதலே நான் என் சித்தியிடம் சொல்ல முடியாத கொடுமைகளை
அனுபவித்து வளர்ந்து வந்தேன். அந்தச் சூழல் உங்கள் மகளுக்கு வந்து விடக்

கூடாது என்பதற்காக என் மகன் என்றும் பார்க்காமல் நசீரை நான் கவனிக்காமல் விட்டுவிட்டேன்.. ஃபரீத் குறுக்கிட்டு, நீ கவலைப்படாதே.. அவனை எங்கிருந்தாலும் கண்டுபிடித்து கொண்டு வந்துவிடலாம் என்று கூற...... வேண்டாமென நஜ்மா தடுக்கிறாள்.

மேலும்....   ஆமாங்கநசீர்திரும்பிவந்துவிட்டால்,   அவன்மறுபடி-யும்எங்கேஓடிப்போய்விடுவானோஎன்றதயக்கத்தில்நான்அவன்மீதுபரிவுகாட்டி-னால்.....   இதுவரைநான்அவனுக்குஊட்டிவந்தபத்தியவாழ்க்கையைக்கெடுத்த-தாகஆகிவிடும்.   மேலும்அவன்மீதுபரிவைக்கொட்டத்துவங்கி-னால்ஷகீலாமீதுதான்வைத்திருக்கும்அன்புளங்கேகுறைந்துவிடுமோஎன்றகூச்ச-மும்ஏற்படுகிறது.   தாய்இல்லாததஒருகுழந்தைமீதுநான்செலுத்திவரும்அன்பிற்குபகர-மாகஇறைவன்அவன்மீதுகருணைவைத்து,   அவனைஎங்கிருந்தாலும்வாழவைப்பான். என்இதயத்தில்இருந்துஎழும்இந்தஆசைகள்என்மகன்நசீரைவாழவைக்கும்(இஸ்லா-மியச் சிறுகதைகள் ப. 200)எனக்கூறி நா தழுதழுக்கிறாள்.

மாற்றாந் தாயின் மாறாத உண்மையான அன்பை எழுத்தாளர் இக்கதையின் வழியாக உணர்ச்சி பொங்க உருவகித்துள்ளார்.

கைம்பெண் மறுமணம்

ஏ.ஏ. ரஷீத் எழுதிய உபகாரம் என்ற சிறுகதை இளம் விதவைக்கு வாழ்வு தருவதைப் பற்றிப் பேசுகிறது. தன் ஐந்து வயது மகன் நாசரையும் தன் மனைவி மைமூனாவையும் விட்டு விட்டு இறந்து போனார் வண்டிக்கார மைதீன். உடல் அடக்கம் செய்ய ஊர் கூடியது. இந்த அபலைப் பெண்ணுடைய வாழ்வாதாரம் குறித்து பல்வேறு குரல்கள் எழும்பின. இறுதியில் ராவுத்தர் இதிலே பேசுற தென்-னயிருக்கு அனாதைகளுக்கு ஆதரவு தர வேண்டியது நம்ம மார்க்கக் கடமை-யாச்சே .... நீங்களெல்லாம் சொல்றதுக்கு முன்னாடியே நான் ஒரு முடிவுக்கு வந்துட்டேன். இந்தப் பொண்ணும் அவளோட குழந்தையும் நம்ம குடும்பத்திலே ஒருவராக அவங்க ஆயுசு பரியந்தம் இருந்துட்டுப் போகட்டும்....(இஸ்லாமியச் சிறுகதைகள் ப. 100) என்று பேசவே கூட்டம் அமைதியானது.

மூன்று நாட்களுக்குப் பிறகு தன் சொந்த வீட்டை விட்டுவிட்டு, தன் மகனுடன் ராவுத்தர் வீட்டில் அடைக்கலம் புகுந்தாள் மைமூனா. ராவுத்தர் அவளின் குடும்-பத்திற்கு மிகப் பெரிய உபகாரம் செய்துவிட்டதாக மக்கள் பாராட்டினர். சில நாட்-கள் நன்முறையில் நடத்தப்பட்டாள். நாட்கள் செல்லச் செல்ல சம்பளம் இல்லாத வேலைக்காரியாக மாறிப்போனாள். ராவுத்தரிடம் தன் கணவன் வாங்கிய ஆயி-ரம் ரூபாய் கடனுக்கு பகரமாக தன் வீட்டையும் எடுத்துக் கொண்டு தன்னையும் வேலைக்காரியாக மாற்றி விட்டிருக்கிறார் என்று பிறகு தான் தெரிந்தது,

இச்செய்தி எப்படியோ ராவுத்தரின் தங்கை மகனான இக்பாலுக்கு தெரிகிறது. சில நாட்களில் மீலாது விழா வரவே, அன்று காலை ஒரு பெண்மணியை விட்டு

உறவினர் வீட்டுக்குச் செல்வதாகக் கூறி, மைமூனாவையும் அவளுடைய குழந்-
தையையும் தன் வீட்டுக்கு அழைத்து வருகிறான் இக்பால்.

மைமூனாவை காணாது ராவுத்தர் தேடிக் கொண்டிருக்கும் போது ஒருவர்
வந்து, நீங்கள் இறந்து போன வண்டிக்கார மைதீன் இடம் வாங்கிய கடன்
தொகையான ஆயிரம் ரூபாயை உங்களிடம் இக்பால் கொடுத்து வரச் சொன்னார்
என்று ஆயிரம் ரூபாயை கொடுத்துவிட்டு, தயவு செய்து அவளுடைய வீட்டை
அவளிடம் ஒப்படைத்து விடுங்கள் என்று கூறிச் சென்றார்.

அதே நேரத்தில் அந்த மீலாது விழாவில் ஓர் அறிவிப்பு வெளியாகிறது. இந்த
மீலாது விழா இப்பொழுது மணமேடையாக மாறப்போகிறது. மணமகன் - அப்-
துல் கபூர், மணமகள் — மைமூனா. அனைவரும் இருந்து இத்தம்பதிகளுக்கா-
கப் பிரார்த்தனை செய்துவிட்டுச் செல்லுங்கள்... மைமூனா என்ற அந்த இளம்
விதவைக்கு மறுமணம் நடக்கிறது. அதற்கு மிகவும் உதவியாக இருந்தவன் இக்-
பால். இதைக்கண்ட ராவுத்தர் மனம் மாறி, மணமக்களுக்கு ஆயிரத்து ஒரு ரூபாய்
வழங்கிச் செல்கிறார். இக்கதையில் இளம் விதவைக்கு ஏற்படும் துன்பங்களையும்,
வேதனைகளையும் போக்குவதற்காக அவளுக்கு மறுமணம் அவசியம் என்பதை
ஆசிரியர் அழகாக உணர்த்துகிறார்

பெண்ணுரிமை

திருப்பத்தூரை சேர்ந்த வி.நூர்.முகம்மது என்ற எழுத்தாளர் முதல் தமிழ் இஸ்-
லாமியச் சிறுகதையை சம்மதமா என்ற தலைப்பில் 1945 இல் எழுதினார். இது
பெண்ணுரிமையை வலியுறுத்தும் புரட்சிகரமான கதையாக அமைந்துவிட்டது. தஞ்-
சாவூரில் மிகவும் செல்வாக்குப் பெற்ற காசிம் மரைக்காயரின் மகன் புக்காரி ராணு-
வத்தில் சேர்ந்து பெரிய பதவி பெற்று திரும்பி வருகிறான். திருச்சியின் பெரும்
பணக்காரரும், முன்கோபியுமான அபூபக்கர் சாஹிபின் ஒரே செல்ல மகள் மும்-
தாஜ். ஊரிலேயே பெண்களில் மிக அதிகமாக எஸ்.எஸ்.எல்.சி வரை படித்த ஒரே
பெண். புக்காரி - மும்தாஜ் திருமணம் பேசி முடிக்கப்படுகிறது.

புக்காரியின் நண்பர்கள் அவனை உசுப்பி விடுகின்றனர். ஒரு பெண்ணை
பார்க்காமலேயே திருமணம் செய்வது எப்படிச் சரியாகும்? ஒருவேளை அவள்
அழகில்லாமல் இருந்துவிட்டால், உன் வாழ்க்கை முழுவதும் நாசமாகிவிடும்.
எனவே எப்படியாவது திருமணத்திற்கு முன்பு அவளை ஒருமுறை நேரில் பார்த்-
துவிட்டு சம்மதம் சொல்லிவிடு. உனக்குப் பிடிக்கவில்லை என்றால் மறுப்பு தெரி-
வித்து, திருமணத்தை நிறுத்தி விடு.... என்று தூபம் போட்டார்கள். நான் மணப்-
பெண்ணைப் பார்த்தே ஆகவேண்டும் என்று ஒற்றைக்காலில் நின்று அடம் பிடிக்க
ஆரம்பித்தான் புக்காரி. முதலில் அதிர்ந்து போன தந்தை, மகனின் பிடிவாதக்
குணத்தைக் கண்டு வேறு வழியில்லாமல் மாப்பிள்ளைத் தோழனான நண்பன்
நசீரை திருச்சிக்குத் தூதுவராக அனுப்பி வைக்கிறார்.

நஜீர் கொண்டு வந்த செய்தியைக் கேட்டவுடன், அபூபக்கர் வானத்துக்கும் பூமிக்குமாய் குதித்தார். இப்படிப்பட்ட சம்பந்தமே வேண்டாம். இந்தத் திருமணத்தை உடனடியாக நிறுத்துங்கள் என்று கத்தி கூச்சலிட ஆரம்பித்தார். உள்ளே இருந்த மும்தாஜ் தந்தையை அழைத்து, மாப்பிள்ளை என்னைப் பார்ப்பது அகௌரவம் எனில், திருமணம் நின்று விடுவதும் கௌரவக் குறைச்சல் தானே? எனவே இத்-திருமணம் நடைபெற ஏற்பாடு செய்யுங்கள் என்று கூறி விட்டாள். மாப்பிள்ளை, பெண்ணைப் பார்த்த அடுத்த நிமிடமே திருமணம் என்பதை இரு வீட்டாரும் ஒப்-புக்கொண்டார்கள்.

அடுத்து பெண் பார்க்கும் படலம் தொடங்கியது. தேநீர் கொண்டு வந்து புக்கா-ரிக்கு கொடுத்த மும்தாஜ், வினாடியில் வீட்டினுள் சென்று விட்டாள். புக்காரிக்கு மனம் நிறைந்து விட்டது. அடுத்த சில நிமிடங்களில் விவாக ஒப்பந்தம் செய்ய அனைவரும் தயாராகிக் கொண்டிருக்கும் நிலையில், வீட்டுக்குள்ளிருந்து கூச்சல் கேட்டது. மணமகள், மாப்பிள்ளையை வேண்டாம் என்று கூறிய செய்தி பிறகுதான் அனைவருக்கும் தெரிந்தது. பின்னர் மும்தாஜ் பேச ஆரம்பித்தாள். தந்தையே, நீங்கள் திடிரென்று ஏழையாக மாறிவிட்டாலும் இவர் என்னை வேண்டாம் என்று சொல்லி இருப்பார். துரதிஷ்டவசமாக நான் அழகற்று இருந்தாலும் இவர் என்னை வேண்டாம் என்று சொல்லி இருப்பார். இப்படிப்பட்டவர் எனக்கு வேண்டாம். திரு-மணத்திற்கு முன் மணமக்கள் இருவரிடமும் உண்மையாகச் சம்மதம் கேட்க இஸ்-லாம் கட்டளையிடுகிறது.

ஆனால் சமூகம் மணமகனிடம் உண்மையாகவும் மணப்பெண்ணிடம் அர்த்த-மற்ற கேலிச் சடங்காகவும் தானே.... சம்மதமா? என்ற கேள்வியைக் கேட்கிறது. **திருமணத்தைமறுப்பதற்குமணப்பெண்ணாகியஎனக்கும்உரிமைஇருக்கிறதுஎன்-பதைஅந்தமடையர்களுக்குப்புரியவைப்பதற்காகவேஇந்தக்கூட்டத்தைநான்கூட்டி-னேன்** ....(இஸ்லாமியச் சிறுகதைகள் ப. 08) என்று கூறியபடி மும்தாஜ் உள்ளே சென்று விட்டாள். இஸ்லாத்தில் பெண்ணடிமைத்தனம் இல்லை என்ற போதிலும், சில இஸ்லாமியக் குடும்பங்களில் பெண்களுக்கான உரிமைகள் மறுக்கப்படுகிறது. அதில் முக்கியமான ஒன்று திருமண உரிமை. இச்சூழலில்தான் பெண்களுக்கும் திருமணத்தை மறுப்பதற்கு உரிமை உண்டு என்பதை இச்சிறுகதை ஆணித்தரமாக வலியுறுத்துகிறது.

குடும்ப பாரம்

சி.ஜே.ஷாஜஹான் எழுதிய பரீதா வேலைக்கு போகிறாள் என்ற சிறுகதையில் ஒரு பெண் குடும்ப பாரத்தைச் சுமப்பது குறித்துப் பேசப்படுகிறது. சாதாரண தையல்காரரான ரஹ்மானுக்கும், செல்வந்தரின் மகள் பரீதாவுக்கும் திருமணம் நடைபெறுகிறது. வீட்டோடு மாப்பிள்ளையாக இருக்க ரஹ்மான் மறுக்கவே இரு-வரும் தனிக்குடித்தனம் செல்கிறார்கள். காலச்சக்கரம் சுழல இரு பிள்ளைகள்

பிறக்கிறார்கள். புதிதாக மெட்ராஸ்டெய்லர் வந்துவிடவே ரஹ்மானுக்கு வருமானம் குறைகிறது. பசியால் பட்டினியால் நால்வரும் வாடுகின்றனர்.

ஒரு கட்டத்தில் ரஹ்மானின் நண்பர் சுந்தரத்தின் தொழிற்சாலையில் வேலைக்குச் செல்ல பரீதா முடிவு செய்து கணவனின் அனுமதி பெறுகிறாள். கடைவீதிக்குச் சென்ற கணவன் விபத்தில் சிக்கி பிணமாக வீடு திரும்புகிறான். போற்றுவோர் போற்ற, தூற்றுவோர் தூற்ற, தன் பிள்ளைகளைக் காப்பாற்ற வேண்டி வேலைக்குக் கிளம்புகிறாள் பரீதா. இக்கதையில் பெண்களும் குடும்பப் பொறுப்பைச் சுமக்க முடியும் என்பதை ஆசிரியர் உறுதிபடக் கூறுகிறார்.

வறுமை

வறுமைக்குப் பல உருவங்கள் இருப்பது போல் பல படித்தரங்கள் இருக்-கின்றன. வறுமையில் இருப்பவன் தன்னை விட மிகவும் வறுமையில் இருப்ப-வனை இளக்காரமாக, கேவலமாகப் பார்க்கின்றான் என்பதை நாவூரும்மா என்ற கதை மூலமாக நமக்குத் தோலுரித்து காட்டுகிறார் ஆளூர் ஜலால்.

அந்த வீட்டில் நாவூரும்மா, அவளுடைய அம்மா மற்றும் வறுமை குடியிருந்-தது. 20 வயதான நாவூரும்மா ஒரு நாளைக்கு 50 பைசா, 60 பைசாவுக்குப் பீடி சுற்றித் தருவாள். வாய்க்கும் வயிற்றுக்கும் போதாத காலத்தில் கல்யாணத்துக்கு எங்கே போவது....அந்த் தெருவில் நடந்து முடிந்த ஒரு மிகப்பெரிய கல்யா-ணத்தை நாவூரும்மா அசை போட்டுக் கொண்டிருந்தாள். நாவூரும்மா....... நாவூ-ரும்மா..... என்ற சத்தம் கேட்டுத் திரும்பிய பொழுது, மைதீன் காஜா நின்று கொண்டிருந்தான். ஒரு கையை லேசாக மடக்கிச் சாய்த்துக் கொண்டு, வாயின் ஓரத்தில் நீரை ஒழுக விட்டுக்கொண்டு, சொத்தையான கருத்த பாசியை பற்களில் படிய விட்டுக்கொண்டு அவன் சிரிப்பது ஒரு மாதிரியாக இருக்கும். பார்த்தால் சூட்டிப்பில்லாதவன் போல இருந்தாலும், தெருக்காரர்கள் சொல்லும் வேலையைச் சரியாகச் செய்து விடுவான்.

நாவூரும்மா மீது அவனுக்கு தனி இஷ்டம். அடிக்கடி அவள் வீட்டுத் திண்-ணையில் வந்து படுத்துக் கொள்வான். பல வரன்கள் வந்து போய்விட அவளுக்கு மைதீன் காஜா மீது ஒரு விருப்பம். ஒருநாள் நாவூரும்மா தன் அம்மாவி-டம் தைரியத்தைக் கூட்டிக்கொண்டு பேசினாள்...... எனக்குச் செலவே இல்-லாம... மைதீன் காஜாவ கல்யாணம் பண்ணி விடுறியா.? இதைக் கேட்ட-வுடன் அம்மா பதறினாள். உனக்கு பைத்தியம் பிடிச்சுப் போச்சோ?. அந்தப் பையன் இனிமேல் இங்க வரப்படாது எனக் கத்தினாள்.. அடக்கி வைத்த உணர்வுகளை கொட்ட ஆரம்பித்தாள் நாவூரும்மா. ஊரிலேஉள்ளவனுவகெட்டிகிற-துக்குப்பணம்கேக்குறானுவோ, தெருவுலபோறஎவனாவதுகட்டிக்குவானாண்ணுபார்த்-தேன்...... ஒருத்தன்வந்தான். அவனும்ரெண்டுபிள்ளைக்காரன்.மைங்காஜாவை-யாவதுகட்டிக்கலாமுன்னுகேட்டேன். அம்மாவும்கவுரவம்பாக்கறா..........(இஸ்லா-

மியச் சிறுகதைகள் ப. 226) என்று புலம்பி விட்டு, பீடி அடுக்க ஆரம்பித்தாள். வறுமையில் வாடுபவர்கள் கூட தன்னைவிட தாழ்ந்த நிலையில் உள்ளவர்களை வெறுக்கிறார்கள் என்ற நிலையை நாவூரும்மாவின் அம்மா கதாபாத்திரத்தின் வழியே எழுத்தாளர் நமக்கு விளக்குகிறார்.

கண்டெடுத்த பொருள்

ஆர்னிகா நாசர் எழுதிய கண்டெடுத்த பொருள் என்ற சிறுகதை வாயிலாக ஒரு பொருள் கண்டெடுக்கப்பட்டால் இஸ்லாமியச சட்டப்படி என்ன செய்ய வேண்டும் என்பது விளக்கப்பட்டுள்ளது.

கடிகாரக் கடை வைத்திருக்கும் 45 வயது கமால் பாட்சாவுக்கு மனைவி, இரு குழந்தைகள். ஒரு நாள் கமாலின் தோட்டத்திற்குள் ஒரு ஆட்டுக்குட்டி நுழைந்து-விட, அதை விரட்டுகிறான் கமால். யாருடைய ஆடு வழி தவறி வந்து விட்டது என்று எண்ணி விசாரிக்கின்றான். ஆட்டு உரிமையாளர் கிடைக்கவில்லை. அப்-போது கமாலின் மகன்... அப்பா இதை நாமே வைத்துக்கொள்வோம் என்று கூறு-கிறான்... அதற்கு ஜும்மா தொழுகைக்குப் பின் என் வீட்டுத் தோட்டத்தில் ஒரு உயிருள்ள பொருளை கண்டெடுத்து இருக்கேன். அது தன்னுடைய பொருள்தான்-றதுக்கான ஆதாரத்தை காட்டிட்டு பொருளை வாங்கிடலாம்னு அறிவிப்பு பண்-றேன். ஆட்டுக்கு சொந்தக்காரன் கிடைச்சாலும் கிடைக்கலாம்..........(இஸ்-லாமியச் சிறுகதைகள் ப. 485) என்றார் கமால். அப்போதும் உரிமையாளர் வரவில்லை என்றால்........ இது மகனின் கேள்வி. அடுத்தடுத்து மேலும் இரண்டு ஆண்டுகள் காத்திருக்கலாம் அப்பொழுதும் உரிமையாளர் வரவில்லை என்று சொன்னால், நாம் வைத்துக் கொள்ளலாம் என்றார் கமால்.

கேபிள் டிவியில் விளம்பரம் கொடுத்து, பலரிடம் சொல்லி ஊருக்கே தெரிந்-துவிட்டது கமாலிடம் ஆடு இருக்கிறது என்று. ஆனாலும் உரிமையாளர் வரவே இல்லை. மூன்று வருடம் கழிந்து விட்டது. இப்பொழுது அந்தக் குட்டிஆடு 18 கிலோ உடைய பெரிய ஆடாக வளர்ந்துவிட்டது. கமால் அதனைக் கண்ணும் கருத்துமாக வளர்த்து வந்தான். உரிமையாளர் வராததால், பக்ரீத் அன்று தான் கண்டெடுத்த ஆட்டை குர்பானி கொடுத்தான் கமால் பாட்சா. கறித்துண்டுகளைச் சிறுசிறு பங்காகப் பிரித்து அக்கம்பக்கத்தில் உள்ள அனைவர் வீட்டுக்கும் கொடுத்-தனுபப்பினான். பக்கத்து வீட்டில் உள்ள அகமதுவும் அக்கறியைப் பெற்றுக்கொண்-டான்.

பிறகு அகமது தன் மகனை அழைத்து, கமால் பாட்சா கண்டெடுத்த ஆட்டுக்-குட்டி நம்முடையது என்றான். மேலும்.... கமால் எப்ப பார்த்தாலும், நாம மார்க்-கப்படி வாழணும்.. ஹதீஸ்ல இத சொல்றாங்க. அத சொல்றாங்க.. என்று சொல்-லிக்கொண்டே இருப்பான்.. அவனைச் சோதனை செய்து பார்க்கவே, சந்தைக்குச் சென்று 500 ரூபாய்க்கு ஆட்டுக்குட்டியை வாங்கி அவன் தோட்டத்தில் யாருக்-

கும் தெரியாமல் விட்டு விட்டு வந்தேன். ஆனால் அவன் பேச்சில் மட்டுமல்ல, செயலிலும் வீரன் என்று நிரூபித்து, மூன்றாண்டுகள் பத்திரமாய் வளர்த்து வந்து இருக்கின்றான்... என்று கூறிக்கொண்டிருக்கும் போதே அகமதுவின் 10 வயது மகள் ஓடிவந்தாள்.

அப்பா இந்த 500 ரூபாய் நோட்டு கசங்கிய படி நம் வீட்டு வாசலில் கிடந்தது. என்ன செய்யலாம்? உரியவர்கள் வந்து பெற்றுச் செல்லும்படி அறிவிப்பு செய்ய- லாமா? என்று கேட்டாள். அதெல்லாம் கிடையாது கண்டெடுத்த பொருள் நமக்- குத்தான் சொந்தம். நீ யார் கிட்டயும் சொல்லாதே... என்று அகமது மகளை விரட்டி விட்டான். சற்று நேரத்தில் நாலாவது வீட்டு சமியுல்லா தன் தொலைந்து போன 500 ரூபாய் நோட்டைத் தேடி வந்தார். ஆனால் அகமது தான் 500 ரூபாயைப் பார்க்கவே இல்லை என்று அவனையும் விரட்டிவிட்டார்.

அகமது முஸ்லிமாக பிறந்தவன். கமால் பாட்சாவோ மூமினாகவே (இஸ்லாமிய சட்டப்படி) வாழ்பவன். அல்லாஹ் மூமின்களை அதிகம் நேசிக்கிறான். அகமது கணக்கில் பத்து மடங்கு பாவத்தையும் கமால் கணக்கில் பத்து மடங்கு புண்ணியத்- தையும் கூட்டி வைப்பான் என்றனர் வானவர்கள். பூமிக்குப் புரியாத புதிர் மொழி- யில்...... என்று ஆசிரியர் கதையை முடிக்கிறார். இக்கதையில் கண்டெடுத்த பொருளை உரியவர்கள் வந்து பெற்றுக் கொள்ளும் வரை சுமார் மூன்று ஆண்- டுகள் அதைப் பாதுகாக்க வேண்டும் என்ற இஸ்லாமியச் சட்டத்தை ஆசிரியர் வெளிப்படுத்தியுள்ளார்.

தொழிலாளர்கள் மீதான அடக்குமுறை

இன்று உலகம் முழுவதிலும் உள்ள சிறியதும் பெரியதுமான பல தொழிற்- சாலைகளில் தொழிலாளர்கள் அடக்குமுறைக்கு உள்ளாக்கப்பட்டு, அவர்களுக்- கான உரிமைகள் மறுக்கப்படுகின்றன. அவர்கள் நசுக்கப் படுகிறார்கள். அவர்க- ளின் உழைப்பு உறிஞ்சப்படுகிறது. என்பது நியாயமான உண்மையே. இருகூரான் எழுதிய சோறு என்ற சிறுகதை பதின்ம வயது இளைஞர்கள் தொழிலாளர்களாக மாற்றப்படுவதும், அவர்களுக்கு ஏற்ற உணவு தரப்படாத அவல நிலையையும், அவர்களுக்காகப் பரிந்து பேசக்கூடிய நபரைத் தண்டிக்கக் கூடிய முதலாளித்துவச் சமூகத்தையும் குறித்துப் பேசுகிறது.

ஒரு மலை அடிவாரத்தில் தேயிலைத் தோட்ட தொழிலாளர்களுக்காகக் கம்- பெனி சார்பில் மளிகைக் கடை ஒன்று வெள;ளைக்காரன் காலத்திலேயே ஆரம்- பிக்கப்பட்டிருந்தது. அதை முதலாளி இபுராஹிம் கடந்த 30 ஆண்டுகளாக கான்ட்ராக்ட் எடுத்து நடத்தி வருகிறார். வெளியூர்களில் இருந்து வந்த பதினெட்டு வயதுக்குப்பட்ட 15 இளைஞர்கள் தொழிலாளர்களாக இங்கு தங்கிப் பணிபுரிந்து வருகின்றனர். அவர்களுக்குச் சமையல் செய்வதற்காக மாசுத்தா என்கின்ற மகம்- மது சுல்தான் என்ற முன்னாள் ராணுவ ஊழியர் இருக்கிறார். அவர் இங்கு

வேலையில் சேர்ந்து முப்பது ஆண்டுகள் ஓடிவிட்டன. அவர் ராணுவத்தில் ரொட்டி தான் சுட்டார் என்றாலும், இந்த வயதிலும் அவரிடம் ஒரு ராணுவ மிடுக்கு இருக்கும்.

சென்ற பக்ரீத்துக்கு முதல் மாதம் தான் வேலைக்குச் சேர்ந்தவன் சின்ன அத்துர்ரஹ்மான். பத்தாவதுக்கு மேல் படிக்கவைக்க முடியாத ஏழ்மையினால் அவனுடைய தாய் பல்லடத்தில் இருந்து அவனை இங்கே அனுப்பி விட்டாள். சின்னவனுக்கு எழுத்துக்கள் முத்து முத்தாக வருவதால், முதலாளி அவனை பேரேடு, சிட்டை, அடங்கல் எழுதப் பழக்கி விட்டார்.

மேலும் உனக்குஇப்பொழுதுசம்பளம்மாதம் 30 ரூபாய். நீநன்றாகக்கணக்குவழக்குகளைபழகியபிறகுமாதம்ஜம்பதுரூபாய்தருகிறேன் என்று வாக்குறுதி தந்தார் முதலாளி. ஆனால் நடந்ததோ வேற......... மொதமாசமேபெருநாள்வந்துடுச்சேசின்னவா.   அதுக்குதுணிமணிஎடுத்ததற்குஉன்கணக்கிலேயேபத்துவெளிவச்சாஅந்தக்கடன்முடியஇனியும்ஆறேழுமாசம்ஆகும்அதனாலேசம்பளத்தைகூட்டிக்கிறசமாச்சாரம்அப்புறம்பார்த்துக்கிடலாம்பழையபடியேமுப்பதுவரவைஎன்றுபேச்சுமாறிவிட்டார் ....(இஸ்லாமியச் சிறுகதைகள் ப. 129)என்ற இவ்வார்த்தைகள் தொழிலாளர்களுக்கு ஆசை காட்டி மோசம் செய்யப்படுவதை உணர்த்துவதாக அமைகின்றது.

மாசுத்தா குருமா தாளித்தால், அந்த மலை முழுவதும் மணக்கும். அவ்வளவு கைப்பக்குவம் அவருக்கு... கடை பையன்களுக்கு எப்போதும் புளிச்சாறு, ஓலை கருவாட்டு என்று சாதாரண குழம்பு போட்டதனால், அவர்களுடைய நாக்கு செத்து விட்டது. ஆளாளுக்குக் கேட்க ஆரம்பித்தார்கள். மாசுத்தா எப்போ நெய்ச்சோறு போடுவீங்க?.... மாசுத்தாவுக்கு கடை பையன்கள் மீது அளவு கடந்த பாசம் இருந்தது.

இன்றைக்கு முதலாளியோ வெளியூர் போய் விட்டார். அவர் வருவதற்குள் பையன்களுக்கு நல்ல நெய்ச்சோறு செய்து போட்டு விட வேண்டும் என்று மாசுத்தாவின் மனம் துடித்தது. வேகமாகச் சென்று ஒரு கோழியை அடித்து மணக்க மணக்க நெய்ச்சோறு, குருமா தயார் செய்துவிட்டார். இரவு வரவேண்டிய முதலாளி போன காரியம் சீக்கிரமாக முடிந்து விட்டால் மதியமே வந்து விட்டார். சமையலறைப் பக்கம் வருவதற்கு முன்பே அவருக்குக் குருமா வாசனை தூக்கியது. முகத்தில் எள்ளும் கொள்ளும் வெடிக்க ஆரம்பித்தது.....யாருடா இன்னிக்கு நெய்ச்சோறு வைக்கச் சொன்னது? சொல்லுங்கடா யார் சொன்னது? கத்தினார் முதலாளி. மாசுத்தா தைரியமாகச் சொன்னார். நான் தான் செய்தேன் பயலுகளுக்கு நல்ல சோறு குழம்பு போடவே இல்லை. அதனால தான் செஞ்சேன் என்றார்.

கடும் கோபம் கொண்ட முதலாளி இந்தக் கிழவனோட கணக்கை முடிச்சு இவன் வீட்டுக்கு அனுப்பி வையுங்க. இவனை வேலைக்கு வச்சா என் சொத்தையெல்லாம் கரைச்சு விடுவான் என்று கத்திக் கொண்டே இருந்தார். யார்கணக்கைஎவன்டாதீர்க்கறது.?. நீஎழுதறகணக்கைநீயேதான்தீர்த்துக்கணும். கொண்டுபோய்உன்கபரஸ்தான்லேபோடுடாஉன்பணத்தையும்காசையும். அவன வன்வரவையும், செலவையும்எங்கிருந்தோஒருத்தன்எழுதிக்கிட்டிருக்கான்னுயோசிக் காம, இந்தபசங்கவேர்வையைக்காசாக்கிநீஎழுதிவைக்கிறதுஅவ்வளவும்பாவத் தோடகணக்கு. இதைத்தீர்க்கவேண்டியதுஇங்கஇல்லடா... அங்கே... அங்கே.........(இஸ்லாமியச் சிறுகதைகள் ப. 136) என்று கத்திக் கொண்டே போனார் மாசுத்தா .... கடுமையாக உழைக்கும் தொழிலாளியின் இரத்தத்தைச் சுரண்டும் ஒவ்வொருவரும் நாளை இறைவனிடம் பதில் சொல்லியே ஆகவேண்டும் என்ற இஸ்லாமியக் கருத்தை எழுத்தாளர் இங்கு பதிவு செய்கிறார்..

தாய்மை

தூயவன் என்ற அக்பர் எழுதிய மடி நனைந்தது என்ற சிறுகதை தாய்மை குறித்துப் பேசுகிறது. நிறைமாத கர்ப்பிணியான ஆபிதா தன் கணவர் அன்வருடன் பிரசவத்திற்காக மருத்துவமனைக்குச் செல்கிறாள். அங்கு குழந்தை பிறந்து இறந்து விடவே, சொல்ல முடியாத துன்பத்துடன் மருத்துவமனையை விட்டு வெளியே வருகிறாள்.

வீட்டுக்கு வருவதற்காக பேருந்தில் பயணம் செய்யும் பொழுது எதிர்ப்புறத்தில் ஒரு அழகான குழந்தை ஒன்று தாயின் மடியில் விளையாடிக் கொண்டிருக்கிறது. அக்குழந்தையை அப்படியே அள்ளி எடுத்து அணைக்க ஆபிதாவின் தாய்மை துடிக்கிறது. ஒருகட்டத்தில் குழந்தையைக் கையில் வாங்குகிறாள் ஆபிதா. குடித்த பாலை அக்குழந்தை கக்குகிறது. ஆபிதாவின் மடி நனைகிறது. ஐயையோ உங்க புடவையெல்லாம் அசிங்கமாய்ட்டுதேம்மா எனப் பதறித் துடித்தாள் குழந்தையின் தாய். அசிங்கமா ? இல்லை. இது ஆனந்தம் எனக்கூறி கண்களை மூடிக்கொண்டாள் ஆபிதா. கரகரவென்று மடி நனைந்து கொண்டு வந்தது. அப்போது அதன் அபரிமிதமான வெப்பம் ஆபிதா புல்லரிக்க வைத்துக் கொண்டிருந்தது. மெய்மறந்த நிலை தாய்மை சுகம். அது இப்படி மடி நெனைக்கிற போதும் கிடைப்பதுண்டு என்ற உண்மை ஆபிதா வைப்போல் பெற்றுப் பறிகொடுத்த அவர்களுக்குத்தான் தெரியும் இல்லையா? ...(இஸ்லாமியச் சிறுகதைகள் ப. 217) என்று கதை நிறை வடைகிறது. இக்கதையைப் படிப்பவர்கள் நிச்சயமாக கண்ணீர் சிந்துவர். அந்த அளவிற்கு வரிக்குவரி தாய்மை உணர்ச்சி பொங்கப் பொங்க கதையைப் படைத் திருக்கிறார் ஆசிரியர்.

முடிவுரை

தமிழ்ச் சிறுகதை உலகில் இஸ்லாமியச் சிறுகதைகள் ஒரு தனி இடத்தை பெற்றுள்ளன. இக்கதைகளில் இஸ்லாமிய விழுமியங்களையும், சமூகச் சிக்கல்களையும், அதற்கான தீர்வுகளையும் ஆங்காங்கே பதிவு செய்து, இஸ்லாமியச் சிறுகதையியல் கோட்பாட்டை எழுத்தாளர்கள் பின்பற்றியிருப்பதை மேற்கண்ட பத்து சிறுகதைகளின் வாயிலாக இக்கட்டுரை ஆய்ந்து கூறியுள்ளது.

12

மரமும் மனிதமும் - நற்றிணை வாயிலாக ஓர் ஆய்வு

அனைத்து உயிர்களுக்கும் அன்பு பிரதானமானது. மனிதர்கள் சக மனிதர்கள் மீது அன்பு அக்கறை கொள்வது இயல்பு. அவ்வியல்பையும் தாண்டி சங்க கால மக்கள் இயற்கையை விரும்பினர். குறிப்பாக மரங்களை நேசித்தனர். தம் உறவாக எண்ணினர். தம் செய்யுள்களில் பாடு பொருள்களாக்கினர். தம் கருத்துக்கு மரங்-களை உவமையாக்கி மகிழ்ந்தனர். இவ்வாறாக மனிதர்களுக்கு மரங்கள் மீதான அன்பையும், தொடர்பையும் நற்றிணை வாயிலாக ஆராய்வதே இக்கட்டுரையின் நோக்கமாகும்.

மனித வாழ்வியலின் விழுமியங்களில் அன்பும் ஒன்றாகும் என குமாரசாமி சோமசுந்தரம் குறிப்பிடுகிறார். நற்றிணை சங்க இலக்கியங்களில் உள்ள எட்டுத்-தொகை நூல்களுள் முதலாவது ஆகும். வாழ்வில் கடைபிடிக்க வேண்டிய ஒழுக்-கலாறுகளை கூறுவதே நற்றிணை ஆகும். மேலும் இது அகம் பற்றிய செய்திக-ளைக் கூறுகின்றது.

உறவாகும் மரங்கள்

ஏழு வயது சிறுமி ஒருத்தி கடற்கரை மணலில் புன்னைக் காயை மறைத்து வைத்து விளையாடுகின்றாள். மழை பெய்ததால் வீட்டிற்குத் திரும்பி விடுகிறாள். சில நாட்கள் கழித்துச் சென்று பார்த்தபோது அப்புன்னை விதை முளைத்து விட்-டதைக் கண்டு மகிழ்ந்து, அதை எடுத்து தன் வீட்டின் பின்புற தோட்டத்தில் வைக்க, அது வளர்கின்றது. அச்சிறுமியும் வளர்ந்து திருமணமாகி ஒரு குழந்தை-

யும் பெறுகிறாள்.

அப்பெண் தன் குழந்தையிடம், தான் வளர்த்த புன்னை மரமே தனது முதல் குழந்தை எனவும், அம்மரமே உன்னுடைய அக்கா எனவும் கூறுகின்றாள். பிறகு அக்குழந்தை பெரியவளாகி தன் காதலனுடன் அப்புன்னை மரத்தடியில் பேச நாணுகிறாள். இவ்விடத்தில் அவள் புன்னை மரத்தை தன் சகோதரியாக கருது- கின்றாள். இங்கு மரத்தை தன் குழந்தையாகப் பார்த்த தாயையும், சகோதரியாக எண்ணிய மகளையும் காண முடிகிறது. இவ்விழுமியம் சங்ககால மக்களிடம் மட்- டுமே காணக் கிடைக்கும் ஒன்றாகும். இந்நிகழ்ச்சியை,

விளையாடு ஆயமோடு வெண் மணல் அழுத்தி

மறந்தனம் துறந்த காழ்முளை அகைய

நெய்பெய் தீம்பால் பெய்துஇனி வளர்ப்ப

நும்மினும் சிறந்தது நுவ்வை ஆகும் என்று

அன்னை கூறினாள், புன்னையது சிறப்பே

அம்ம நாணுதும், நும்மோடு நகையே (நற்றிணை 172)

என்ற நற்றிணைப் பாடல் உரைக்கின்றது.

தோழனாகும் மரங்கள்

தலைவன் ஒருவன் தன்னைக் காப்பாற்றும் தோழனாக வேங்கை மரத்தைக் கருதியதை நற்றிணையில் **மழகளிறு உரிஞ்சிய பராரை வேங்கை** (நற்றிணை 362) என்ற வரியுடைய பாடல் வழி உணர முடிகின்றது. தலைவி தன் வீட்டை விட்டு வெளியேறி தலைவனுடன் காட்டிக்கு வந்து விடுகின்றாள். அங்கு தலைவியைத் தேடி அவளின் சுற்றத்தார்கள் வருவார்கள் என்று எண்ணிய தலைவன் ஒரு வேங்கை மரத்தின் பின்னால் ஒளிந்து கொள்கின்றான். காரணம் புரியாது நின்ற தலைவியிடம் தலைவன், வழிப்பறிக் கள்வர் யாரேனும் வந்தால் அவர்களிடம் போர் செய்து உன்னைக் காப்பேன். உன் சுற்றத்தார் வந்தால் இவ்வேங்கை மரத்- தின் பின் மறைந்து நிற்பேன் என கூறினான். இவ்வாறாகத் தலைவன் மறைந்து கொள்ள எதுவாக விளங்கும் வேங்கை மரம் ஒரு தோழனாகப் பாதுகாப்புத் தரு- வதை காண முடிகின்றது.

தலைவியும் பலா மரமும்

பலாமரத்தை உன்மலிப்பாகக் கயமலித்த சங்க கால மக்கள் பலாவின் தன்மை- யுடன் தலைவியை ஒப்பிட்டனர். மலை சார்ந்த பகுதியில் நிறைந்துள்ள பலாம- ரங்களின் பலாச்சுளைகள் இனிய சுவையை உடையன. பலாமரத்தின் மேற்புறம் கடினமான தோற்றமுடையது. இத்தன்மை கொண்ட பலாமரங்கள் சூழ்ந்த தலை- வியின் பண்பும் ஒழுக்கமும் பலாமரத்தின் இயல்போடு ஒத்து உள்ளதைக் காண முடிகின்றது என நாராயணசாமி ஐயர் குறிப்பிடுகின்றார்.

தலைவியானவள் தலைவன் மீது கோபம் கொண்டாலும் அவனிடம் கடுமை-யாக நடந்து கொண்டாலும் அவள் உள்ளத்தில் தலைவன் பால் இனிமையான அன்பு இருப்பதைப் பலாப்பழத்தின் வாயிலாக உணர முடிகின்றது. தலைவி யாரா-லும் எளிதில் அணுக முடியாதவள். அவளின் அன்பும் அழகும் பலாக்கனியின் இனிய சுவை போன்றதாகும். அவளின் அன்பைப் பெறுதல் கடினமான ஒன்றா-கும். இதற்கு அதிக முயற்சி எடுக்க வேண்டும். இதன் வழி தலைவியின் பண்புகள் உணர்த்தப்படுகின்றன.

மழலைகளுக்கு மகிழ்ச்சியூட்டுதல்

சங்க கால மக்கள் மழலைகளுக்கு மகிழ்ச்சியூட்ட பனை ஓலையால் செய்-யப்பட்ட குதிரை பொம்மைகளைப் பயன்படுத்தினர். இதனை, **உண்ணா நல்மாப் பண்ணி, எம்முடன் (நற்றிணை 220)** என்ற வரி எடுத்துரைக்கின்றது. பனைமட-லால் உணவு உண்ணாத குதிரை பொம்மைகளைச் செய்து, அதற்குச் சிறு சிறு மணிகளைப் பூட்டி, அதனை மழலைகள் வீதியில் இழுத்துச் சென்று விளையா-டியதை மேற்கண்ட பாடல் வழி காண முடிகின்றது. தம் குழந்தைகள் நடைபயிலும் போது தமக்கு விருப்பமான மரத்தினால் செய்யப்பட்ட நடை வண்டியில் நடைபழ-கியதை **தேர்நடை பயிற்றம் தேமொழிப் புதல்வன் (நற்றிணை 250)** என்ற நற்றி-ணைப் பாடல் விரித்துரைக்கின்றது.

காவல் மரங்கள்

பண்டைய தமிழரசர்கள் மரங்களின் மீது கொண்ட அன்பினால் தம் வீரத்தின், வெற்றியின் அடையாளமாக மரங்களை ஏற்படுத்தினர். இவை காவல் மரங்கள் எனப்படும். தம் வெற்றியின் அடையாளச் சின்னமாக ஒரு மரத்தைத் தங்களது கோட்டைகளின் சோலைகளில் வைத்து வளர்த்து அதனை பாதுகாப்பார்கள்.

படையெடுத்து வரும் எதிரி மன்னர்கள் காவல் மரத்தையே முதலில் வெட்ட முற்படுவார்கள். காவல் மரம் வெட்டப்பட்டால் அம்மரத்திற்குரிய அரசருக்கு பெருந்தோல்வியும், பேரவமானமும் ஏற்பட்டதாக கருதப்படும். தமிழ் வேந்தர்கள் **வெற்றியைக் குறிக்கும் மரமாக கடம்ப மரம் புன்னைமரம் கணையமரம் கடிமரம் வேப்பமரம் மாமரம் வாகை மரம் முதலிய** மரங்களைக் காப்பாற்றி வந்தனர் என்று மு. சாந்தி அவர்கள் அகநானூற்றில் காவல் மரங்கள் என்ற கட்டுரையில் குறிப்-பிடுவதாக முத்துக் கமலம் இணைய இதழ் கூறுகிறது. இதனை நற்றிணை பின்வ-ருமாறு கூறுகிறது...

இருபெரு வேந்தர், பொருளகத்து ஒழித்த

புன்னை விழுமம் போல (நற்றிணை 180)

மன்னனது மாபெரும் வீரத்தின் அடையாளமாக மரங்கள் அமைந்திருந்ததை இதன் மூலம் உணர முடிகின்றது.

முடிவுரை

மனித வாழ்வின் ஒவ்வொரு தருணத்திலும் ஏதேனும் ஒரு வகையில் மரங்கள் மனிதனுக்கு நேரடியாகவோ, மறைமுகமாகவோ பயன் தருவதை சங்க கால மக்கள் புரிந்து கொண்டனர். எனவே மரங்களை நேசித்து பாதுகாத்ததுடன் தம் வாழ்க்கை-யின் ஓர் அங்கமாகவே கருதியதை நற்றிணையின் பாடல்கள் வழி நின்று உணர முடிகின்றது.

13

நற்றிணையில் பெண்பாற் புலவர்கள்

மங்கையராய் பிறப்பதற்கே மாதவம் செய்திட வேண்டுமம்மா என்பது கவிமணி-யின் வாக்கு. அத்தகு சிறப்பு வாய்ந்த பெண்கள் தங்கள் குடும்பம், குழந்தைகள் என்ற நிலையைத் தாண்டி இன்று அனைத்துத் துறைகளிலும் தங்கள் முத்திரை-யைப் பதிக்கிறார்கள். இதற்குச் சிறந்த உதாரணமாக மண்ணில் மலர்ந்து விண்ணில் வீழ்ந்த விண்வெளி வீராங்கனை கல்பனா சாவலா அவர்களைக் குறிப்பிடலாம்.

மற்ற துறைகளைப் போலவே இலக்கியத் துறையில் பெண்கள் ஆற்றிய பங்கு அளப்பரியது. மழலை கூறும் ஆத்திச்சூடி தந்த ஒளவையார் முதல், அதிக நபி-மொழிகளை அறிவித்த அன்னை ஆயிஷா (ரலி) அவர்களைக் கடந்து, சமீபத்-திய கவிஞர் சல்மா வரை இலக்கிய உலகில் பெண்களின் பங்களிப்பு தொடர்கிறது.

இஸ்லாமிய வரலாற்றில் அன்னை ஆயிஷா (ரலி) அவர்கள் மிகச்சிறந்த இலக்கியவாதியாகத் திகழ்ந்தார். இலக்கியம் என்றால் மீச்சிறந்த பொது உரை-யாடல் பேச்சு வழக்கு மொழிநயம் போன்றவற்றை உள்ளடக்கியது. அன்னை ஆயிஷா (ரலி) மிகத் திறமையாகச் சொற்களைக் கையாளக் கூடியவர். இனிமை-யாக உரையாடக் கூடியவர். உயர்ந்த மொழியைக் கையாள்பவர் என்பன பல்வேறு அறிவிப்புகளில் இருந்து தெளிவாகின்றன.

அவர்தம் மாணக்கர்களுள் ஒருவரான மூசா இப்னு தல்ஹா பின்வருமாறு கூறுகிறார். "அன்னை ஆயிஷாவைக்காட்டிலும்திறன்மிகு, தெவிடரையா-எரைநான்கண்டதில்லை" (திர்மிதி)இறைச்செய்தி எனும் வஹி தொடக்க நூலத்-தில் நற்கனவுகளாக தெரியலாயிற்று. அக்கனவுகள் யாவும் பலித்து வந்தன. அதைப்பற்றி அறிவிக்கையில் அன்னை ஆயிஷா (ரலி) அவர்கள் கூறுகிறார். "அண்ணலார்காணும்யாவும்பொழுதுபுலருவதைப்போலநனவாகிக்கொண்டிருந்தன"

இதன் மூலம் அன்னையவர்களின் இலக்கியப் புலமையை அறிய முடிகின்றது.

சங்க இலக்கியம் எட்டுத்தொகை, பத்துப்பாட்டு என இரண்டு வகையாகப் பகுக்கப்பட்டுள்ளது. இதில் எட்டுத் தொகையில் இடம் பெறும் முதல் நூல் நற்றி-ணையாகும். நல் + திணை என்பது நற்றிணை. நல்ல ஒழுகலாறுகளைக் கூறுவது என்று பொருள். 192 புலவர்களால் 7 அடி முதல் 13 அடி வரை பாடப்பட்ட நூல் ஆகும் நற்றிணை யில் இடம் பெற்ற 192 புலவர்களில் பெண்பாற் புலவர்கள் பத்து பேர் ஆவர்.அவர்கள் பாடிய பாடல்களின் எண்ணிகை 22.

ஒளவையார், வெள்ளி வீதியார். கழார்க்கீரன் எயிற்றியர், மதுரை ஓலைக் கடையத்தார், நல்வெள்ளையார், நல்வெள்ளியார், நக்கண்ணையார் அஞ்சில் அஞ்சியார், பசலையார், குறமகள் எயினி, மாறோக்கத்து நப்பசலையார் ஆகியோர் முறையே 7, 3, 2, 2 2, 2,1, 1, 1, 1 பாடல்களைப் பாடியுள்ளனர்.

பிறப்பு, இறப்பு, நட்பு, காதல், அன்பு, பொருள் தேடித் தலைவன் பிரிவது, பரத்தமை நோக்குதல் என அனைத்துச் சூழலையும் பெண்பாற் புலவர்கள் மிகச் சிறப்பாகப் பாடியுள்ளனர். இப்பாடல்களின் வாயிலாக இப்புலவர்களின் கவித்தி-றனும், கற்பனைத்திறனும் தெளிவாக விளங்கும்.

பிரிவாற்றாமை

பொதுவாக ஆண் பெண் குயில்கள் இணைந்து கூவும் வழக்கமுடையன. இப்பழக்கத்தின் மீது தலைவி பிரிவாற்றாமையை ஏற்றிப் பாடுவதாக காமக்கனிப் பசலையார் பின்வருமாறு பாடுகிறார்

பொதும்புதோறுஅல்கும்இருங்குயில்... (நற்றிணை 243)

அதாவது பொருள் ஈட்டுவதே வாழ்க்கை என்று எண்ணிய தலைவனே, உன் காதலியைப் பிரிந்து செல்கின்ற செயலைச் செய்யாமல் அவளுடன் சேர்ந்திருங்கள் என்று கூறுவது போல ஆண் பெண் குயில்கள் இணைந்து கூவும் எனப் புலவர் பாடுகிறார். தன் பிரிவாற்றாமையை குயில்களின் வாயிலாக எடுத்துரைக்கும் புல-வரின் பாங்கு சிறப்பானதாகும்.

கனவில் மகிழ்தலும் நனவில் ஏமாற்றமும்

பொதுவாக மனிதர்கள் எதைப் பற்றி அதிகம் சிந்திக்கின்றார்களோ அல்லது கற்பனையில் யோசிக்கிறார்களோ அக்காட்சிகளே கனவில் தோன்றும். தலை-வனைப் பிரிந்த தலைவி எப்போதும் அவளின் நினைவாகவே இருப்பாள்.

இந்நிலையில் ஒரு பகற் பொழுதில் அத்தலைவனுடன் தனிமையில் கூடி இன்-புற்றதாகக் கனவு காண்கிறாள். கண் விழித்த போது அவ்வின்பம் அவளை விட்டு நீங்கியது. தன்னுடைய இந்த ஏமாற்றத்தைத் தலைவி வெளவாலின் கனவு ஏமாற்-றத்தோடு ஒப்பிட்டுக் கூறுவதாக நக்கண்ணையார் என்ற பெண்பாற்புலவர் பாடுகி-றார்.

நெல்லியப்புளிச்சுவைகனவியாஅங்கு.. (நற்றிணை 87)

மாமரத்தில் வெளவால்கள் உறங்கும். அப்போது நெல்லிக்கனியின் இனிய புளிச்சுவையைத் தான் பெற்றதாகக் கனவு காணுமாம். கண் விழித்துப் பார்க்கை-யில் தாம் மாமரத்தில் அவன் இருப்பது அறிந்து ஏமாற்றமடையுமாம். இதனைப் போல தலைவியின் கனவு அமைந்ததாகப் புலவர் பாடுகிறார். வெளவாலும் கனவு காணும் என்ற புதிய கருத்தைப் புலவர் இங்கு பதிவு செய்திருப்பது கவனிக்கத்-தக்கது.

கற்பனைத் திறம்

ஒரு கார்காலம் கடும் மழையால் வெள்ளம் பெருக்கெடுத்து ஓடுகிறது. இக்-காட்சியை தம் கற்பனை திறத்தால் மிக அழகாக பின்வருமாறு பாடுகிறார் நல்-வெள்ளி எனும் பெண்பாற்புலவர்.

"சூருடைநனந்தலைச்சுனைநீர்மல்கல்
பெருவரைஅடுக்கத்துஅருவிஆர்ப்பக்
கல்அலைத்துஇழிதருமிகடுவரல்கான்யாற்றுக்
கழைமாய்நீத்தம்காடுஅலைஆர்ப்பத்
தழங்குகுரல்ஏறோடுமுழங்கிவானம்
இன்னேபெய்யமின்னுமாய்தோழி" (நற்றிணை 07)

அதாவது அச்சம் பொருந்திய இடமகன்ற பெரிய காட்டில் அருவிகள் முழங்கக் கற்களைப் புரட்டிக் கொண்டு வரும் வேகம் மிக்க காற்றில் ஓடக் கோல் முங்கி மூழ்க வெள்ளம் பெருகி அலைகள் மோதும் நிலையில் இடிகள் முழங்கி வானம் மின்னுகின்றன எனப் பாடுகிறார்.

வீட்டுக்காவல்

தலைவன் தலைவியைக் காதலிப்பதும் இதை அறிந்த அன்னை தலைவியை வீட்டுக்காவலில் வைப்பதுமான நிகழ்வை நயம் பட உரைக்கிறார் ஒளவையார்.

ஆயமும்அழுங்கின்று, யாயும்அஃதுஅறிந்தனர்,
அருங்கடிஅயர்ந்தனள், காப்பே (நற்றிணை 295)

அதாவது தலைவியின் பல ஒழுக்கத்தை அன்னை அறிந்ததால் (அவளை) வீட்டுக்காவலில் வைத்தாள். தலைவியின் அழகும் இளமையும் இல்லத்தில் செறிக்கப்பெற்று பாழாகிக் கெடும்படியாக அமைந்தது என புலவர் அழகாக பாடு-கிறார்.

முடிவுரை

சமையலறையின் சமையர் கலையைத் தாண்டி ஆயக்கலைகள் அறுபத்து-நான்கிலும் இன்று பெண்கள் சிறப்பாகச் செயல்பட்டு வருகின்றனர். குறிப்பாக இலக்கியத்துறையில் பெண்பாற்புலவர்களின் பங்கு சிறப்பாகவே அமைந்து இருப்-பதை நற்றிணை வாயிலாக அறிய முடிகின்றது..